国家社科基金重大委托项目
《中国少数民族语言文化研究》成果

中国少数民族会话读本

中国社会科学院创新工程学术出版资助项目

朝　克／主编

京语
366 句会话句

少数民族语
汉英日俄

对照

何思源／著

社会科学文献出版社
SOCIAL SCIENCES ACADEMIC PRESS (CHINA)

总　序

　　我国正处在文化大发展、大繁荣的美好时期。十七届六中全会上，以全会名义提出文化事业繁荣发展的纲领性指示精神。这为我国文化事业的发展奠定了雄厚的思想理论基础，并指明了未来很长一段时期内文化事业科学发展的总路线。我们必须不失时机地紧紧抓住文化事业发展的大好机会，为我国古老文明的挖掘、整理、抢救、保护、传承和繁荣发展作出新的贡献，为我国的文化事业增添新的光彩、新的辉煌。我国是一个由多民族组成的和谐文明的国家，在这个大家庭里，各民族同胞互相尊重、和谐相处、相互学习、取长补短、共同努力、团结共进，用他们共同的劳动和智慧建设着美好的家园。

　　不过，我们同时也深刻感受到，在科学技术日益普及，经济社会快速发展，以及不同外来语言文化的直接或间接影响下，我国各民族的语言文化正不断走向濒危

或严重濒危。一些人口较少民族的语言，只有极其少数的传承人会讲、能懂、会用，而绝大部分人已经不再使用或不太熟悉了。在这关键时刻，我国政府高瞻远瞩地明确提出，要用最大的努力使不同民族的语言文化共同繁荣发展，要不惜代价地抢救和保护那些已经进入濒危或严重濒危状态的民族语言文化。这也是我们决定实施本项课题的初衷所在。

我们想通过本项课题，将我国55个少数民族的366句口语用特定符号系统转写下来，同时用汉语、英语、俄语、日语进行意译。这是为了：（1）让更多的人参与到对我国民族语言文化的抢救、保护、学习、传承的伟大事业中来；（2）抢救和保护濒危民族语言口语及其话语资料、口语历史文献等；（3）尽量对外传播我国55个少数民族语言口语及其会话知识。

但愿我们的这项工程能为我国民族语言文化的抢救、保护、传承、弘扬，为迎来我国各民族语言文化大繁荣大发展的美好时代起到积极的推动作用。

Preface

Now, China is in a time of cultural development and flourishing. In the Sixth Plenary Session of 17th CPC Central Committee, the programmatic instructions for cultural development were put forward. This laid a strong ideological and theoretical foundation for China's cultural development, and also marked its direction. We must grasp firmly this excellent opportunity for cultural development and do something to contribute toward the excavation, sorting, rescue, protection, transmission and development of China's advanced culture and ancient civilization. China is an ancient civilization where many ethnic groups coexist harmoniously. In China, members of all ethnic groups respect one another, get along harmoniously, learn from one another, and work together in unity in order to build a beautiful country.

However, we can see that our nation's linguistic culture

is constantly facing dangers, under the direct and indirect influences of the growing role of science and technology in everyday life, rapid economic and social development, and a variety of foreign languages and culture. For the language and culture of minority nationalities with very small population, only a few people can speak and understand them. Most people can't speak their ethnic language or have become less familiar with it. At this critical moment, the government has asked us to make the efforts to accomplish the flourishing and development of all different ethnic languages and their cultures at all costs, and to save and protect our ethnic languages and cultures. This is the reason why we implemented this project.

The purpose of this project is to put together 366 sentences used in everyday conversation in 55 ethnic minority languages by recording them using specific symbolic systems. We then translate them into Chinese, English, Russian and Japanese. This is to: (1) allow more people to participate in the rescue and protection of our nation's ethnic languages and cultures, and to learn and inherit them; (2) rescue and protect our nation's ethnic languages, oral materials pertaining to their spoken form and oral historical documents, especially the critically endangered ethnic languages; (3) strengthen as far as possible the international communication about China's 55 minority ethnic languages in their spoken form and knowledge about their dialogues.

We hope that this project can play an active role in the process of rescuing, protecting, developing and enriching our nation's ethnic language and culture. And we hope the project will help usher in a new era of shared flourishing of all of our nation's ethnic languages and cultures.

Предисловие

В данный момент наша страна встречает своё самое хорошее время, когда быстро развивается и процветается наша национальная культура. На 6 – м пленуме ЦК КПК 17 созыва выдвинулся программый курс на развитие и процветание культуры нашей страны, который заложил теоретическую основу и генеральную политику развития культуры Китая в будущем перспективном времени. Мы должны хорошо пользоваться таким случаем и всеми силами искать, упорядочить, спасать, защищать и наследовать китайскую цивилизацию и внести новый вклад в культурное дело нашей страны.

Наша страна – это древнее и многонациональное государство, в котором все национальности, как в одной семье, уважают друг другу, учатся друг другу, перенимают положительно друг у друга, дружно живут и работают, совместно строят свою прекрасную Родину.

В то же время мы и глубоко сознаем, что попав под влиянием глобазации во областях экономики и научно – техники всеобщее состояние языковой культуры нацменьшинств нашей страны очень печальное и беспокойное, она даже идёт на краю гибели. Сейчас только мало людей из нацменьшинств умеет говорить, понимать, использовать свой национальный язык. А большество нацменовских людей уже не говорят или не могут хорошо знать своего национального языка. Наше правительство на это обращает большое внимание и решает изо всех сил стараться спасти и защитить нацменовские языки и нацменовскую культуру нашей страны. Вот почему мы решили взяться за такую задачу – редактирование серию книг 《 366 фраз диалогических речей по 55 национальностям Китая 》.

Редактируя ряда таких книг, мы хотим, чтобы побольше людей могли участвовать в дело спасения, изучения, наследования и защиты национальных языков, чтобы спасти и защитить разговорный язык и письменные документы национальных культур, которые уже на краю гибели, чтобы широко распространять диалогических речей и языковые знания по 55 национальностям Китая.

Надеемся на то, что наша работа сможет принести большую пользу в наследование и защиту национальных языковых культур нашей страны. Мы верим, что уже приходит новая эпоха процветания национальных языковых культур нашей страны.

はしがき

　私達の国は、今、文化が大きく発展しつつあり、政府も、中国共産党第十七回大会第六次全体会議において、文化事業の発展に関する幾つかの方針を示したが、それは、今後の発展の思想的、理論的基礎を固めただけでなく、将来の科学的発展の路線を示すものでもあった。したがってこれを契機に、私達の国の文化および古代文明の発掘、整理、保護、伝承に関する事業は、新たな輝かしい成果を得ると考えて良いだろう。

　私達の国は、多民族が調和の中に暮らす文明大国である。各民族が互いを尊重し、友好的に接し、互いに学び、共に努力し、一致団結のもと、協働と共同の知恵によって、美しいホームランドを形づくっているのである。

　しかしその一方、現代の科学技術の普及や経済発展、様々な外来言語文化の直接？間接の影響などによっ

て、各民族の伝統的な言語文化が、深刻な存続の危機に瀕しているのも事実である。特に、人口の少ない一部の少数民族にあっては、自分達の伝統文化や言語を解する人が、極めて少人数になっている。このような現状に鑑み、私達の国は、自国の将来を見据え、最大の努力を尽くして各民族の言語文化を発展させること、また多大な代償をはらっても、深刻な存続の危機に陥っている言語文化を保護することを明確に示した。そしてこれは、私達がこのプロジェクトを実施する上での初志であると同時に、目的でもあるのである。

　プロジェクトを通じて、私達は366句の会話を、各55の少数民族の特定された記号システムによって転写し、その上に中国語、英語、ロシア語、日本語の訳文を付した。その目的は、（1）大勢の人々に対し、我国民族言語文化の保護、学習、伝承事業への参加を促すため、（2）深刻な存続危機に瀕している民族言語の口語資料、口語歴史文献などを保護するため、そして（3）出来る限り我国55の少数民族の口語と会話資料を、対外的に広め、伝えるためである。

　このプロジェクトが、私達の国の民族言語文化の保護、発展、繁栄を促し、さらなる発展に寄与し、素晴らしい時代を迎える力になることを願ってやまない。

目　录

前　言

京族是一个跨境民族。在国外，它是越南的主体民族；在中国境内，它是主要分布于广西壮族自治区沿海地区的少数民族。

"京族"是自称。"京"的由来历史悠久，与"京城"有关。一千多年前，栖息于红河三角洲地区的骆越人，创造了较为发达的文明，建立起了自己的都城。由于这些人居住在京畿一带，经济文化有别于周边的的寨人和蛮人，因此自称"京人"。把自己的城邑称为"京都"，这是在交趾（古代越南的称呼）脱离中原王朝统治取得独立的 10 世纪之后。"京人"在后来的发展过程中，不断向中南半岛中部、南部扩张，吸收融合了周围的占人、孟高棉人、汉人等不同民族。大约从 16 世纪起，"京人"就从越南涂山、吉婆（译音）等地陆续迁入中国。这部分人一直自称为"京人"，新中国成立后，根据本民族的意愿称之为"京族"。如无特别说明，本

书的"京族"均指中国的京族。

京族在其几百年的历史过程中，由于人口活动特有的自然环境、政治原因、经济条件等不断变化，逐渐遍及全国各地。据 2000 年第五次全国人口普查统计，全国京族人口有 22517 人，在全国的 31 个省、自治区、直辖市均有分布，其中广西为 20490 人，约占全国京族总人口的 91%。分布在广西以外的京族人，有一部分是因工作、经商等原因从广西京族聚居地迁入的；还有一部分是现代以来涌入中国的越南京族。京族人口不多，只占广西总人口的 0.05%。在广西各少数民族人口中居第 9 位，属于"小少民族"。

京语属于南亚语系越芒语族越语支，与越南语基本相同，但和越南语相比，京语由于吸收了大量的粤方言借词，增加了几个辅音和元音，声调上，舒声调的"问声"和"跌声"出现了合并，入声调则增加了一个。词汇上，核心词汇、文化词汇等都呈现出受粤方言深刻影响的特点。京语内部无方言差别，不同地区的京族彼此能通话。

京族无全民信仰的宗教。京族过去除了主要信仰道教外，还有崇拜祖先、崇拜自然、崇拜村神的传统，另有小部分人信奉天主教。

绝大部分京族人居于滨海地区，特定的生活环境和

生产方式使他们的社会文化生活等方面具有浓郁的地方性特征。在生产方式、生活习惯、婚俗、服饰、饮食、房屋、交通用具，以及艺术、审美等诸多领域均产生一定区别性特征，从而更加丰富和发展了京族的优秀的传统文化与文明。

1958 年，经中国国务院批准，先前的"越族""越南族""安南族"等他称被取消，京族人作为民族大家庭不可分割的一分子正式被定名为"京族"。经过半个多世纪的建设和发展，尤其是 20 世纪 90 年代以来，京族人民迎来了崭新的历史发展时期，京族生活区域发生了翻天覆地的变化。在对外开放政策以及沿海沿边地区开放开发政策的综合引导和大力支持下，京族群众发挥自身的语言优势，把经济活动领域从传统的渔业生产拓宽到边境贸易，京族人民生活水平提高很快，改变了多年的贫困面貌。京族人民在逐步改变传统经济发展模式的历史进程中突破了诸多限制性条件，积极吸收外来的先进生产方式，提高自身的环境适应力。他们有了自己的海洋捕捞业、水产养殖业、海产品加工业、旅游产业和文化产业。边境贸易和旅游产业发展十分迅速，由于人口基数相对小，京族一跃成为收入最高的少数民族。他们以每年的民族节日"哈节"等为纽带开展的丰富多彩的文化活动、旅游活动、商贸活动，为建设更加美好

幸福的家园注入了无穷的活力。自 2005 年起，随着中国-东盟自由贸易区建设的全面启动，中越两国共同打造的"两廊一圈"成为推动中国-东盟自由贸易区建设的一个重要的战略性举措。京族聚居区迎来了难得的发展机遇。京族将继续发挥不可取代的"天然桥梁"和"人文通道"作用，更进一步地推进祖国的建设和中华民族的发展。

凡　例

一、京语会话资料尽量选取与人们现代生活较为密切的 366 个短句。选择这些短句，主要是为了人们易学、易记、易掌握、易使用。说是短句，但用京语讲起来就变得长一些。

二、会话中用京语表达比较困难或译说相当麻烦，或者由此使句子拉得很长的个别内容，直接用京语中习惯用语形式替代。

三、有的句子，用京语原原本本地译说，确实有些难度。为此，对于类似的个别句子，主要依据京语习惯说法进行表述或译写。

四、本书中的京语会话资料，主要为广西壮族自治区东兴市江平镇山心村的京语口语调查资料。山心村的阮成豪等几位先生给予了很大帮助。

五、由于境外京族使用的文字为拉丁字母，因此本文的转写符号主要采用拉丁越南文音标系统（越南"国

语字")。不过，考虑到中国的京语与越南语标准语的差别，本书严格按照京语的实际发音进行转写，因此有些写法与标准拉丁越南文不一致。

六、会话资料及基础词汇中出现的标音符号 p、pʹ、tsh、ɬ，本身就是转写京语语音的国际音标符号，而这几个音只出现在汉语粤方言借词中，在标准越南语中是缺乏的。

七、会话资料及基础词汇中出现的标音符号 kh，本身就是转写京语语音的 kh，有别于拉丁越南文的 kh 的实际发音。京语的 kh 还经常与 h 自由变读。

八、会话资料及基础词汇中出现的标音符号 ph，并不是转写京语语音的 ph，而是代表京语语音的 f。之所以采用 ph 来记录 f 音，是为了便于与拉丁越南语沟通交流。

九、会话资料及基本词汇中出现的首字母标音符号 y，用于转写京语的 j。京语的 j 在标准越南语中发成对应的 z，拉丁越南文用 gi、r、d 等来表示，而这三个符号不会出现在本书的京语会话资料及基础词汇中。

十、京语的塞音韵尾有简化的趋势。具体表现就是拉丁越南文的 - ch、- c、- t 韵尾合并为 - t 塞音韵尾。标准越南语中的一些唇化音，在京语中也消失了。

十一、京语有 5 个舒声调：33、22、214、45、11（分别对应标准越南语的平声、玄声、问声、锐声、重

声）和 3 个促声调：45、33、11，其中 33 调只出现在粤方言借词中。标准越南语则有 6 个舒声调，调值与中国京语的调值大致相同，只是越南语的"问声"与"跌声"在京语中都合并为一个调。为便于比较与交流，本书的京语舒声调仍采用越南"国语字"的调号进行标注，"问声"与"跌声"不合并，仍参照拉丁越南文分别用"ʔ""～"来表示。京语新产生的促声调 33 则不加任何声调符号。

十二、京语人称代词的你、我、他/她分别写为 mày、tôi、nó，你们、我们、他/她们分别写为 chúng mày、chúng tôi、chúng nó，但在实际使用中 mày 和 nó 都是卑称，在日常口语里，应视对方年龄、辈份等情况用亲属称谓来代替人称，这样才显得礼貌、亲切。如 anh 原是"哥哥"的意思，在说话时，如果说话人比听话人年纪小，anh 则可作第二人称的代词，即"您"的意思。如果说话人年纪比听话人大，anh 则作第一人称的代词，即"我"的意思。又如 em 原是"弟弟/妹妹"的意思，说话人比听话人年长时，作第二人称"你"用，如果说话人比听话人年幼，则作第一人称"我"用。又如 chú（叔叔）一词，当说话人是长辈时，是"我"的意思，而说话人是晚辈，则是"您"的意思。其它亲属称谓均以此类推。以下是京语的常见亲属称谓

及指代对象：ông（爷爷，先生），bà（奶奶，太太，女士），cô（姑娘，小姐），bác（伯伯），cháu（侄，少年），cậu（舅舅）。京语的第三人称则在人称之后加一个表远指的ấy表示，如 cô ấy（她），ông ấy（他）等。人称复数形式则在名词前面加"các（各）"来表示，如 các em（各位）等。

十三、京语由于长期与粤方言接触，近几十年来新出现的事物，大多直接借用粤方言，原有的文化词也有被粤方言代替的趋势。一般来说老年人还知道一些词的传统说法，而中前年一代更倾向于直接借用粤方言，反映在本书中，就是多种说法都有体现。

十四、本书选定的300个单词也是与人们的日常生活最为密切，并有一定代表性的成分。其中，名词最多，其次是动词、代词、形容词、数词，而副词、连词只是象征性地择取了一两个实例。不过，基础词汇尽量照顾到了使用率较高的词条。

十五、基础词汇部分里选入的词汇是，按照名词、代词、形容词、动词、数词、副词、连词的先后顺序进行了排列。

十六、基础词汇表中，虽然尽量照顾到了会话资料里出现的诸多词条，但借词、复合词以及使用率较低的词等未纳入列表。

京语语音系统

一、元音。元音分长短（括号外为国际音标，括号内为本书采用的标音符号）。

（一）短元音有：a（a）、ə（ǎ）。

（二）长元音有：a（a）、ə（o）。

（三）其余为一般元音：i（i, y）、e（ê）、ɛ（e）、ɔ（o）、o（ô）、u（u）、ɯ（ư）。

（四）复合元音中，əu、ɛu、ai 分别用 au、eo、ay 来标注。

二、辅音。

不同学者根据不同的划分标准，对辅音系统有不同的见解；本文归纳的京语辅音系统如下（括号中为本书用于记音的拉丁字母符号，大部分与拉丁越南文"国语字"方案重合，黑斜体字则是与拉丁越南文不一致的字母）：

p(**p**)　　　p′(**p′**)　　b(b)　　m(m)　　　　　f(ph)　　v(v)

t(t)　　　　th(th)　　　d(đ)　　n(n)　　l(l)　　ɬ(ɬ)

ts(ch,tr) tsh(**tsh**)　　　　　　　　　　　s（x,s）

　　　　　　　　　　　　　　　ȵ(nh)　　　　　　j(**y**)

k(c,k,q) kh(kh)　　　　　　ŋ(ng)　　　　　　ɣ(g)

ʔ　　　　　　　　　　　　　　　　　　　h(h)

　　为了便于书写，我们把前喉塞音ʔ省略不计，不使用任何符号来表示该辅音。

　　三、声调（括号外为调值，括号内为标调符号，调值33不用符号标注）

　　（一）5个舒声调：33、22（ˋ）、214（～或ˀ）、45（′）、11（·）

　　（二）3个促声调：45（′）、33、11（·）

京语 366 句会话句

（一） aya aŋuuŋga
问 候
Greetings
Приветствие
挨 拶

1. Hôm nay thế nào?
   今 天 如 何

   你好吗?
   How are you?
   Как дела?
   お元気ですか?

— 1 —

2. Tôt lăm!
好　很

我很好！

（I'm）Very well, thanks.

Хорошо！

元気です。

3. Bác khoẻ mạnh không?
伯　健　康　吗

你身体好吗？

How are you feeling today?

Как здоровье？

あなたの体調はいかがですか？

4. Vẫn được.
还　行

还可以！

I'm fine.

Нормально.

まあまあです。

5. Tôi không có bao nhiêu khỏe.
我　不　有　多　少　健康

我身体不太好。

I'm not feeling well.

Неважно.

私の体調はあまりよくありません。

6. Chào! Ăn qua tháng chứa?
好！　吃　过　早饭　未

早晨好!

Good morning!

Доброе утро!

おはようございます。

7. Chào! Ăn qua tối chứa?
晚上　吃　过　晚饭　未

晚上好!

Good evening!

Добрый вечер!

今晩は。

— 3 —

8. Yạo này bận không?
   最　　近　忙　　吗

   你最近忙吗?

   Have you been very busy?

   Ты занят?

   最近お忙しいですか?

9. Tôi không bao nhiêu bận.
   我　不　多　少　忙

   我不太忙。

   I have not been very busy.

   Не очень занят.

   あまり忙しくないです。

10. Tôi bận lắm.
    我　忙　很

    我很忙。

    Oh, pretty busy.

    Занят.

    私は大変忙しいです。

11. Biết nhau vui quá.
知道 互相 高兴 很

认识你很高兴。

Nice to meet you!

Рад с вами познакомиться.

お会いできてとても嬉しいです。

12. Cảm ơn.
感 恩

谢谢你。

Thanks.

Спасибо!

ありがとうございます。

13. Gặp lại nhé.
见 再 吧

再见!

Goodbye!（See you!）

До свидания!

さようなら。

14. Chào, tôi đi ngủ nhé!
好， 我 去 睡觉 啦

晚安！

Good night!

Спокойной ночи!

おやすみなさい。

15. Hoan nghênh bác đến nhà chơi.
欢 迎 伯 到 家 玩

欢迎你。

Welcome!

Приветствую вас!

ようこそ。

16. Đi chầm chậm!
去 慢 慢

路上慢走。

Take care! (Come back and see us again！)

Счастливого пути.

お気をつけて。

17. Mày thức yậy chứa?
     你　醒　起　未

     你起床了吗？

     Are you up yet?

     Ты встал?

     起きましたか？

18. Tôi chưa thức yậy.
     我　未　醒　起

     我还没起床。

     Not yet.

     Я ещё в кровати.

     まだ起きていません。

19. Ngọ đã thức yậy.
     我　已经　醒　起

     我已经起床了。

     Yes, I am.

     Я уже встал.

     私はもう起きました。

20. Mày tôi hôm qua ngủ ngon không?
   你　晚　天　过　睡　甜　不

   你昨晚睡得好吗?

   Did you sleep well last night?

   Как вам спалось вчера вечером?

   昨日の夜、よく眠れましたか?

21. Anh họ tên là yì?
   哥　姓　名　是　什么

   你叫什么名字?

   What's your name, please?

   Как тебя зовут?

   お名前は何ですか?

22. Tôi tên là ××.
   我　名字　是　××

   我叫××。

   My name is . . .

   Меня зовут ××.

   名前は××。

23. Anhh họ yì?
    你   姓 什么

    你贵姓?（你姓什么?）

    What is your surname?

    Какая ваша фамилия?

    あなたの苗字は何ですか?

24. Tôi họ × ×.
    我 姓 × ×

    我姓××。

    My surname is . . .

    Моя фамилия × ×.

    私の苗字は××です。

25. Mày viết tên phải viết họ chứa?
    你   写 名字 应该 写 姓   不

    你写名字时写姓吗?

    Do you include your surname in your signature?

    А ты пишешь имя вместе с фамилией?

    あなたは名前を書く時、苗字を書きますか?

— 9 —

26. Tôib không viết họ.
　　我　　不　写　姓

我不写姓。

No, I don't.

Нет, без фамилии.

私は苗字を書きません。

27. Chúng tôi viết tên phải viết họ.
　　我　　们 写 名 必须 写 姓

我们必须写姓。

But we have to.

А мы обязательно с фамилией.

私たちは苗字を必ず書きます。

28. Chúng mày họ viết trước hay viết thau?
　　你们　　　姓 写　前　还是 写　后

你们把姓写在哪里？

Does your given name or family name come first?

Где вы пишите фамилию？

あなたたちは苗字をどこに書きますか？

29. Họ viết tước tên.
    姓　写　前面　名

　　　写在名字前面。

　　　The family name comes first.

　　　Перед именем.

　　　名前の前に書きます。

30. Tên　của mày phải tiếng yân tộc không?
    名字　的　你　是　语言　民　族　不

　　　你的名字是本民族语吗？

　　　Is your name in your native language?

　　　А твое имя на родном языке?

　　　あなたの名前は母語の名前ですか？

31. Không phải, ntên tôi làbi tiếng khát/Hán.
    不　　　是，名字 我　是　语言　　客/汉

　　　不是，我是用汉语起的名字。

　　　No. My name is in Chinese.

　　　Нет, моё имя на китайском языке.

　　　いいえ、私は漢語で名前を付けました。

32. Phải, tên tôi là tiếng yân tộc.
   是的, 名字 我 是 语言 民 族

   是的，我是用母语起的名字。

   Yes, indeed.

   Да, моё имя на родном языке.

   はい、私は母語で名前を付けました。

33. Mày người ở đâu?
   你 人 住 哪里

   你是哪里人?

   Where are you from?

   Вы откуда?

   あなたはどこの人ですか?

34. Tôi là người Bắc Kinh.
   我 是 人 北 京

   我是北京人。

   I'm from Beijing.

   Я пекинец.

   私は北京の出身です。

35. Nhà mày ở yừng núi không?
    家　 你　在　林　山　不

    你家乡在山区吗?

    Are you from a mountainous area?

    Твоя родина в горном районе?

    あなたの故郷は山村ですか?

36. Không phải, nhà tôi ở thân cỏ/tshấu yìn.
    不　　　是,　家　我　在场　草/草原

    不是, 我家乡在草原。

    No, I'm from the prairie.

    Нет, моя родина в степном районе.

    いいえ、私の故郷は草原です。

37. Phải, nhà tôi ở yừng núi.
    是的,　家　我　在　林　山

    是的, 我家在山区。

    Yes, I live in the mountains.

    Да, моя родина находится в горах.

    はいそうです、私の故郷は山村です。

38. Nhà tôi ở chợ phố.
    家　我　在　市　铺

　　我家在城里。

　　I live in the city.

　　Моя семья в городе.

　　私の家は都市にあります。

39. Nhà nó ở làng/nông thôn.
    家　他　在　村子/农村

　　他家在乡村。

　　He lives in the country.

　　Его семья в селе.

　　私の家は農村にいあります。

40. Năm nay em bao nhiêu tuổi?
    年　这 弟/妹 多　少　岁

　　你多大岁数了?

　　How old are you?

　　Сколько тебе лет?

　　あなたのお年は?

— 14 —

41. Năm nay tôi mười tám tuổi.
　　年　　这　我　十　八　岁

我今年十八岁了。

I'm 18.

Мне в этом году уже 18 лет.

私は今年十八歳になりました。

42. Nó còn　tẻ.
　　他　还　年轻

他还很年轻。

He's still pretty young.

Он ещё молод.

彼はまだ若いです。

43. Taoi đã em yà yôi.
　　我　　已经　老　了

我已经老了。

I'm not young any more. （I'm getting old.）

Я уже старый.

私はもう年です。

44. Chúc ông tường thọ.
   祝　　您　　长　　寿

   祝您长寿！

   I wish you a long life.

   Желаю Вам долгих лет жизни.

   お元気で。

45. Mai　gặp mặt!
   明天　见　　面

   明天见！

   See you tomorrow.

   До завтра！

   また明日。

（二） zhɯɯni bayta
家庭情况
Family
Семья
家　庭

1. Đây là nhà mày không?
   这　是　家　你　　吗

   这是你家吗？

   This is your family, isn't it?

   Это твоя семья?

   ここはあなたの家ですか？

2. Nhà mày có mấy người?
   家　你　有　几　　人

   你家有几口人？

   How many people do you have in your family?

   Сколько человек в твоей семье?

   あなたの家は何人家族ですか？

3. Nhà tôi có bố có mẹ với tôi.
   家　我　有　爸　有　妈　和　我

   家里有爸爸、妈妈和我。

   There are three people in my family: my father,

   my mother, and I.

   В моей семье папа, мама и я.

   家には父と母、そして私がいます。

4. Mày có anh chị　em　không?
   你　有　兄　姐　弟/妹　不

   你有兄弟姐妹吗?

   Do you have siblings?

   У тебя есть сестры и братья?

   あなたには兄弟がいますか?

5. Tôi là con một/ độc.
   我 是 子 一/独

   我是独生子。

   I'm the only child in my family.

   Я один.

   私は一人っ子です。

6. Bố nó là phố học cá.
   爸 他 是 科 学 家

   他爸爸是科学家。

   His father is a scientist.

   Его папа учёный.

   彼の父親は科学者です。

7. Mẹ nó là người nghệ thật.
   妈 她 是 人 艺 术

   她妈妈是艺术家。

   Her mother is an artist.

   Её мама художница。

   彼女の母親は芸術家です。

8. Nhà mày còn có người khát không?
家　　你　还　有　人　其他　吗

你家里还有其他人吗？

Do you have any other relatives?

Кто ещё есть в твоей семье?

あなたの家にはほかに誰がいますか？

9. Tôi còn có ông nội bà nội.
我　还　有　翁　内　婆　内

我有爷爷和奶奶。

I have a grandfather and a grandmother.

В моей семье ещё дедушка и бабушка.

祖父と祖母がいます。

10. Ông nội bà nội cùng nghỉ hiu ở nhà.
翁　内　婆　内　都　退　休　在　家

他们都退休在家。

They have retired.

Они теперь уже на пенсии.

彼らは定年退職して家にいます。

11. Công tác mày là   yì   đẩy?
    工   作 你 是 什么 呢

    你在做什么?

    Do you work or are you a student?

    Чем ты занимаешься?

    あなたは何をしていますか?

12. Tôi là học tò.
    我 是 学 生

    我是一名大学生。

    I'm in college.

    Я студент.

    私は大学生です。

（三） zhitter imoggo
餐　饮
Food and Drink
Поставка
飲　食

1. Mày ăn cơm chưa?
   你　吃　饭　未

   你吃饭了吗？

   Have you had dinner (breakfast or dinner) ?

   Ты поел?

   あなたはご飯を食べましたか？

2. Chưa, tôi chưa ăn.
   没，　我　未　吃

   没有，我还没吃饭呢。

   Not yet.

   Нет，я ещё не ел.

   いいえ、私はまだご飯を食べていません。

3. Ừ, tôi đã ăn xong yồi.
   哦，我 已 吃 完 了

   对，我已经吃过了。
   Yes, I have.
   Да, я уже поел.
   はい、私はもう食べました。

4. Mày săn tháng qua chưa?
   你 吃 早餐 过 未?

   你吃过早餐了吗?
   Have you had breakfast?
   Ты уже позавтракал?
   あなたは朝食を食べましたか?

5. Nó tháng thớm ăn cái yì?
   他 早 餐 吃 个 什么

   他早餐吃的什么?
   What did he have for breakfast?
   Что у него было на завтрак?
   彼は朝食に何を食べましたか?

6. Anh ăn bánh bao/mì.
   哥　吃　饼　包/面

   哥哥吃的面包。

   My elder brother had some bread.

   Брат позавтракал хлебом.

   兄はパンを食べました。

7. Em gái uống một cốc thũa bò yôi.
   妹　妹　喝　一　杯　奶　牛　了

   小妹妹喝了一杯牛奶。

   My younger sister had a glass of milk.

   Сестра выпила молоко из стакана.

   妹は牛乳を一杯飲みました。

8. Tháng thớm bố thường uống cà phê.
   早　　晨　爸　常　　喝　咖　啡

   爸爸早餐一般都喝咖啡。

   My dad drinks coffee at breakfast.

   Папа обычно пьет кофе на завтрак.

   父は普段朝食にコーヒーを飲みます。

9. Nó không thít uống cà phê.
   他　不　喜欢　喝　咖啡

   他不喜欢喝咖啡。

   He doesn't like coffee.

   Он не любит пить кофе.

   彼はコーヒーが嫌いです。

10. Túng gà ăn qua chưa?
    蛋　鸡吃过　未

    吃过鸡蛋了吗？

    Did you have an egg?

    Съел ли ты яйцо?

    卵を食べましたか？

11. Nhà chúng nó tháng thớm ăn cháo.
    家　他　们　早　晨　吃　稀粥

    他们家里早餐喝稀粥。

    His family has porridge for breakfast.

    Дома они едят кашу на завтрак.

    彼らの家では朝食にお粥を食べます。

12. Tước thau/đại khái mười hai yò tôi ăn tưa.
    前　　后/大　概　十　二　点 我 吃 中午

    我大约在十二点吃午饭。

    I have lunch at around 12 o'clock.

    Я обедаю около в 12 часов утра.

    私は大体 12 時頃に昼ご飯を食べます。

13. Chúng mày tưa thường ăn cái yì?
    你　　们 中午　常　吃 个 什么

    你们午饭一般吃什么?

    What do you usually eat for lunch?

    Что вы едите на обед?

    あなたたちはお昼に何を食べますか?

14. Tưa thường ăng mì.
    中午　常　吃 面

    中午经常吃面条。

    We often have noodles for lunch.

    Мы часто едим лапшу на обед.

    お昼にはよくうどんを食べます。

15. Em gái tôi tưa ăn được ít lắm.
　　妹　妹　我　午　吃　得　少　多

我妹妹午饭吃的很少。

My younger sister doesn't eat a lot at lunch.

Моя сестра очень мало ест на обед.

妹はお昼をたくさん食べません。

16. Có nhiều người tưa ăn phai tshán.
　　有　许多　人　中午　吃　快　餐

许多人中午吃快餐。

Many people eat fast food for lunch.

Многие едят фаст‑фуд на обед.

多くの人はお昼にファストフードを食べ
ます。

17. Mấy yờ ăn bữa tối?
    几   点钟 吃 餐   晚

    晚饭几点钟吃?

    When do you usually have dinner?

    Когда ты ужинаешь?

    何時に夕食を食べますか?

18. Tưốc thau/đại khái tháu yờ ăn bữa tối.
    前   后/大   概   六 点 吃 餐   晚

    下午六点左右吃晚饭。

    Around six.

    Мы ужинаем около в 6 часов вечера.

    六時頃夕食を食べます。

19. Bữa tối ăn nhiều cơm với nhắm.
　　 餐　晚 吃　多　 饭 和　菜

晚餐吃米饭炒菜的时候多。

We usually have rice and some stir-fried dishes for dinner.

Мы часто едим рис и жареное на ужин.

夕食にはご飯と野菜炒めを食べることが多いです。

20. Mẹ tôi nấu nhắm thật ngon.
　　 妈 我 煮　 菜　真是 香甜

妈妈做菜特别好吃。

My mother is a brilliant cook.

Мама очень вкусно готовит.

母の料理はとてもおいしいです。

21. Anh luôn ở ngoài ăn cơm.
　　哥哥 经常 在 外面 吃 饭

　　　哥哥经常在外面吃饭。

　　　My brother often eats out.

　　　Брат часто кушает в ресторанах.

　　　兄はよく外食します。

22. Chú tôi thít uống bia.
　　叔 我 爱 喝 啤酒

　　　我叔叔爱喝啤酒。

　　　My uncle loves beer.

　　　Мой дядя любит пить пиво.

　　　叔父はビールが大好きです。

23. Nó không thít uống một tý yượu nào.
　　他 不 喜欢 喝 一 点 酒 哪

　　　他一点也不喜欢喝酒。

　　　He doesn't like to drink.

　　　Он вообще не пьёт.

　　　彼は酒嫌いです。

24. Gần đây có quán ăn không?
　　附近 这 有 馆 吃 不

　　这附近有餐厅吗?

　　Are there any restaurants near here?

　　Есть ли здесь поблизости ресторан?

　　この近くにレストランはありますか?

25. Bên kia lối thì có một quán ăn.
　　边 那 路 就 有 一 馆 吃

　　马路对面就有餐厅。

　　You can find one across the street.

　　На противоположной стороне улицы есть ресторан.

　　道路の向こう側にはレストランがあります。

26. đây là quán ăn.
　　这 是 馆 吃

　　这里就是餐厅。

　　Right here is a restaurant.

　　Это ресторан.

　　ここがレストランです。

27. Xin cho một ấm chè.
　　请　给　一　壶　茶

　　请给我上一壶茶水。

　　Waiter! A pot of tea, please.

　　Мне чай, пожалуйста!

　　お茶を一杯ください。

28. Xin cho một bát mì　bò.
　　请　给　一　碗　面　牛肉

　　我想点一碗牛肉面。

　　I'd like a bowl of beef noodles.

　　Мне лапшу с говядиной.

　　肉うどんを一つください。

29. Quán ăn này cơm nhắm ngon lắm.
　　馆　吃　这　饭　菜　香甜　很

　　这家餐厅的饭菜真好吃。

　　The food at this restaurant is very good.

　　Блюда в этом ресторане очень вкусные.

　　このレストランの料理は大変おいしいです。

（四） tachihu

学　校

School

Школа

学　校

1. Đây là một tường học, phải không?
   这　是　一　学　校，　是　不

   这里是学校吗?

   This is a school, isn't it?

   Это школа?

   ここは学校ですか?

2. Phải, đây là một tíu học.
   是的，　这　是　一　小　学

   是的，这是一所小学。

   Yes, it's a primary school.

   Да, это начальная школа.

   はい、ここは小学校です。

3. Đây là một tường nổi tiếng chung học.
   那　是　一　学校　有　名　　中　　学

   那是一所很有名的中学。

   That's a very famous school.

   Это очень известная средняя школа.

   そこは有名な中学校です。

4. Bên cạnh chúng học có đại học.
   旁　边　　中　学　有　大　学

   中学的旁边是所大学。

   Next to the middle school is a college (university).

   Рядом со средней школой университет.

   中学校の隣は大学です。

5. Ông là một thầy ar yạy i sui học.
   他　是　一　老师　教课　数　学

   他是一位数学老师。

   He's a math teacher.

   Он учитель математики.

   彼は数学の先生です。

6. ông thầy này yạy yất tốt.
老　师　这　教　很　好

他的课讲得很好。

He gives great lectures.

Он хорошо преподает.

彼の講義はとてもいいです。

7. Các học tò thít nhiều ông thầy này yạy.
各　学　生　喜欢　多　老　师　这　上课

学生们愿意听他讲的课。

Students enjoy his lectures.

Ученики очень любят идти на его уроки.

学生たちは彼の講義を聞きたがります。

8. Cô nị cũng phải là thầy yáo h không?
姑　你　也　是　是　老　师　　不

你姑姑也是老师吗？

Your aunt is also a teacher, isn't she?

Твоя тётя тоже учительница?

あなたの叔母様も教師ですか？

9. Phải, cô ngọ cũng là một thầy yáo.
   是的，姑 我 也 是 一 老 师

   是的，她也是一位老师。

   Yes, she is.

   Да, она тоже учительница.

   はい、彼女は教師です。

10. Cô nị phải là thầy yáo ɬiu học này không?
    姑 你 是 是 老 师 小 学 这 吗

    她是该小学的老师吗？

    Does she teach at/in this school?

    Работает ли она в этой начальной школе?

    彼女はこの小学校の先生ですか？

11. Không phải, cô ngọ là một thầy yáo yạy
    不　　是，姑　我　是　一　老　师　教

    chúng học.
    中　　　学

    不是，她是中学老师。

    No, she doesn't. She teaches in a middle school.

    Нет, она работает в средней школе.

    いいえ、彼女は中学校の先生です。

12. Anh yi yồng ngày ngày có kho.
    她　好　像　每　天　有　课

    她几乎每天都有课。

    She has class almost everyday.

    У неё почти каждый день есть уроки.

    彼女はほとんど毎日授業があります。

13. Cô ấy yạy cái yì?
姑 那 教 个 什么

她教什么课?

What does she teach?

Что она преподает?

彼女はどんな科目を教えていますか?

14. Yạy tiếng Hán/ tiếng khát / yí mǎn.
教 语言 汉/ 语言 客 / 语 文

教语言课。

Language.

Филологию.

国語を教えています。

15. Yạy a tiếng yì đấy?
教   语言 什么 呢

教什么语言?

Which language?

Какой язык?

どの言語を教えていますか?

— 38 —

16. Cô ấy yạy tiếng Hán / tiếng khát/kho yí mǎn.
    姑 那 教 语言 汉/语言   客/课 语 文

    她教的是汉语言课。

    Chinese language.

    Китайский язык.

    彼女は中国語を教えています。

17. Chúng học cô nị ở đâu?
    中   学 姑 你 在 哪里

    你姑姑的中学在哪里？

    Where is your aunt's school?

    Где школа твоей тёти?

    あなたの叔母様の中学校はどこにありますか？

18. Ở và bên ǂíu học này.
    在 旁 边 小 学 这

    就在该小学旁边。

    Just next to the primary school.

    Рядом с этой начальной школой.

    小学校の隣にあります。

19. Tong tường học có thù xi cún không?
　　里　学　校　有　图　书　馆　不

学校里有图书馆吗？

Does the school have library?

Есть ли в школе библиотека?

学校に図書館はありますか？

20. Tong tường học không chỉ thù sí cún, còn có
　　里　学　校　不　只　图　书　馆　还　有

yịp tlấm sắt.
阅　　　室

学校里不仅有图书馆，还有阅览室。

Yes. It has a library and reading rooms.

В школе есть библиотека и читальный зал.

学校には図書館だけでなく、閲覧室もあり
ます。

21. Đây là thân vận động của tường học.
    这 是 场 运 动 的 学 校

    这里是学校的运动场。

    Here is the sports field.

    Это школьный стадион.

    ここは学校の運動場です。

22. Ồ,   thân vận động tường học này thật lớn lô.
    啊呀, 场 运 动 学 校 这 真 大 呀

    啊呀，学校的运动场可真大呀！

    Wow. It's so big.

    Ах，какой большой стадион.

    ああ、学校の運動場は広いですね。

— 41 —

23. Môi năm tháng tháu tường học có vận động/vẫn
    每　　年　　月　　六　　学　　校　　有　　　运动/运

    tổng vùi ở đây.
    动　　会　在　这

    学校每年六月都在这里开运动会。

    The school sports day is usually in June.

    Каждый год в июне в школе проходят
    спортивные соревнования.

    学校は毎年六月にここで運動会を開きます。

24. Các học tò tự nguyện tham ya các cuộc pí
    各　　学　　生　自　　愿　　参　加　各　局　比

    đối /thi đấu.
    赛/试　　斗

    学生们自愿参加各种体育比赛。

    Students voluntarily take part in a variety of games.

    Ученики добровольно участвуют в различных
    спортивных соревнованиях.

    学生たちは進んでさまざまな体育競技に参
    加します。

25. Tường học này còn có hiện tôi phá pàn cổng lẩu
　　学　　校　这　还　有　现　代　化　办　公　楼
và cáo học lẩu.
和　教　学　楼

学校还有现代化的办公楼和教学楼。

The school has modern classrooms and office buildings.

В этой школе также есть современный административный и учебный корпусы.

学校には近代化したオフィスビルと教育棟があります。

26. Học tò tường học này cũng lăng lăm học.
　　学　生　学　校　这　都　勤　力　学

这里的学生们都努力学习。

Students in this school are dedicated and work hard.

Здесь ученики учатся старательно.

ここの生徒たちはみんな頑張って勉強しています。

（五） gebbe

工　作

Work

Работа

仕　事

1. Em tham ya công tác chưa?
   你　参　加　工　作　未

   你工作了吗？

   Do you work?

   Ты работаешь?

   あなたは就職しましたか？

2. Chưa, tôi còn học. Tôi là một ngàn cáu sáng.
   没，　我 还 学习, 我 是 一　研　究　生

   我还没有工作，我是在读研究生。

   No, I don't. I'm now studying for a master's degree.

   Нет, я ещё не работаю, я учусь в аспирантуре.

   私はまだ就職していません太学院で勉強しています。

3. Tôi chẩn bị thang năm đi công tác.
   我　准　备　明　年　去　工　作

   我打算明年参加工作。

   I'm hoping to find a job next year.

   Я собираюсь работать в следующем году.

   私は来年就職するつもりです。

4. Anh yai mày ở đâu công tác?
   哥　哥　你　在　哪儿　工　作

   你哥哥在哪儿工作?

   Where does your elder brother work?

   Где работает твой старший брат?

   あなたのお兄さんはどこで勤めていますか?

5. Làm việc ở cheng phú pù mùn.
   做　工　在　政　府　部　门

   在政府部门工作。

   He works for the government.

   В правительственном учреждении.

   役所に勤めています。

6. Anh tím được một phận công tác tốt.
   他　找　得　一　份　工　作　好

   他找到了一份好工作。
   Great. He has got a good job.
   У него хорошая работа.
   彼はいい仕事を見つけましたね。

7. Em yai mày cơ nào công tác đẩy?
   弟　弟　你　时　何　工　作　呢

   你弟弟是什么时候参加工作的？
   When did your younger brother start working?
   А когда начал работать твой млацший брат?
   あなたの弟はいつから勤めはじめましたか？

8. Năm qua tham ya công tác yồi.
   去　年　参　加　工　作　了

   他去年参加了工作。
   He got his first job last year.
   В прошлом году.
   彼は去年から勤め始めました。

9. Anh yai mày tháng thớm bao yờ đi làm công?
哥　哥　你　早　　上　几　点　去　做　工

你哥哥每天早上几点上班?

What time does your elder brother go to work eve-
ryday?

Когда начинается рабочий день у твоего брата?

あなたのお兄さんのは朝何時に仕事に行きま
すか?

10. Tháng thớm tám yờ yưởi đi làm công.
早　　　上　八　点　半　去　做　　工

他每天早上八点半上班。

At 8:30am.

В 8:30 утра.

彼は毎朝8時半から仕事をします。

11. Mày một ngày có tám tiếng làm công tác không?
　　你　一　天　有　八　小时　做　工　作　　吗

你每天都工作八个小时吗?

You work eight hours a day, don't you?

У тебя восьмичасовой рабочий день?

あなたは毎日八時間働いていますか?

12. Có, chúng tôi một ngày công tác tám tiếng.
　　有　　我　们　一　天　工　作　八　小时

是的, 我们每天工作八个小时。

Yes, we do.

Да, у нас восьмичасовой рабочий день.

はい、我々は毎日 8 時間働きます。

13. Cậu mày làm công tác yì?
　　舅舅　你　做　工　作　什么

你舅舅是做什么的?

What does your uncle do?

Кем работает твой дядя?

あなたの叔父様は何をしている人ですか?

14. Cậu tôi là một khí nịp cá.
   舅　我　是　一　企　业　家

他是一位企业家。

He is an entrepreneur.

Он предприниматель.

彼は企業家です。

15. Yì của em phải là một thầy thuốc không?
   姨　的　你　是　是　一　师　药　不

你姨妈是医生吗?

Is your aunt a doctor?

А твоя тётя врач?

あなたの叔母様は医者ですか?

16. Yì của em là một cổng mù yìn.
   姨　的　我　是　一　公　务　员

她是一位行政工作人员。

She is a clerk.

Нет, она администратор.

彼女は公務員です。

17. Chúng nó mở xe đi làm công chứa?
　　他　　们 开 车 去 做　工　　未

他们上班开车吗？

Do they drive to work?

Они ездят на работу на машине?

彼らは車で通勤していますか？

18. Có　lúc　mở xe.
　　有 时候 开 车

有的时候开车。

Sometimes.

Да, иногда на машине.

時々車で通勤します。

19. Yư mờ, lúc thì đi cổng cáo tshé lẳu tỷ thit
但 是 ，时 候 就 走 公 交 车 和 地 铁
nhiêu một ít.
多 一 点

但是，乘公交车或地铁的时候多一些。

But, they take the bus or subway more often.

Но，чаще на автобусе или метро.

しかし、バス或いは地下鉄に乗ることがや
や多いです。

20. Chúng mày điêu kiện công cán thế nào?
你 们 条 件 工 作 如 何

你们的工作条件如何？

How are the working conditions at your job?

Какие у вас условия для работы?

あなたたちの仕事の環境はどうですか？

21. Điêu kiện công cán tôt lăm.
    条　　件　　工　　作　　好　　很

    我们的工作环境很好。

    Pretty good.

    У нас хорошие условия для работы.

    私達の仕事の環境はとてもいいです。

22. Hy vọng mày làm công tác tôt.
    希　　望　　你　　做　　工　　作　　好

    希望你好好工作。

    I hope you like what you do and keep working hard.

    Желаю тебе успехов на работе.

    お仕事がんばってください。

23. Tôi nhât đinh ya thức làm công.
    我　　一　　定　　出　　力　　做　　工

    我一定会努力工作。

    Thanks, I will.

    Я непременно постараюсь работать хорошо.

    私は頑張って仕事をします。

（六）eriŋ oochchi elqewʉŋ
时间、 交通
Time and Transportation
Время、Коммуникация
時間、交通

1. Bây yò ḅao yò yồi?
   现 在 多少 点 了

   现在几点了？

   What time is it now?

   Который час сейчас?

   今は何時ですか？

2. Bây yò ḅuỏi tháng chín yò.
   现 时 早 上 九 点

   现在是上午九点。

   It's 9 o'clock.

   Сейчас девять часов утра.

   今は午前9時です。

3. Chiều nay chúng mày bao yờ đi làm công?
   下　　午　你　们　几　时　去　做　工

   你们下午几点上班?

   What time does your afternoon shift start?

   Когда вы начинаете работу после обеда?

   あなたたちの仕事は午後何時からですか?

4. Chiều hai yờ yửa đi làm công.
   下午　两　点　半　去　做　工

   下午两点半上班。

   At 2:30 pm.

   В половине третьего.

   仕事は午後2時半からです。

5. Hẹn bao yờ ăn tối?
   预约　几　时　吃　晚饭

   晚餐预约在几点?

   What time is our dinner reservation for?

   На какое время заказан ужин?

   夕食は何時に予約しましたか?

6. Hẹn vào tháu yò tối.
   预约 进入 六 点 晚上

   预约在晚六点。

   For 6：00 pm.

   Около в шести вечера.

   午後の6時に予約しました。

7. Lớp xe khóa này mấy yò chạy?
   趟 车 火 这 几 点 开

   这趟火车几点开?

   What time does the train leave?

   Когда отправляется этот поезд?

   この汽車は何時に発車しますか?

8. Buổi tháng mười yò mười lăm phút chạy.
   早   上 十 点 十 五 分 开

   上午十点一刻开。

   At 10：15 am.

   В 10. 15 утра.

   午前十時十五分に発車します。

— 55 —

9. Phiếu xem chiếu bóng là mấy ỳò?
   票　看　照　影　是 几 点

   这是几点的电影票呀?

   Which show is this movie ticket for?

   На какое время этот билет?

   これは何時の映画チケットですか?

10. Phiếu này là ngày chủ nhật chiều ba ỳò hai
    票　这 是 下 午 主 下午 三 点 二

    mươi lăm.
    十　　五

    星期天下午三点二十五分的电影票。

    It's for 3:25 Sunday afternoon.

    Это билет на 15.25 в воскресенье.

    日曜日の午後三時二十五分の映画チケット
    です。

11. Từ tường học đến nhà mày phải mắtbao nhiêu
    自　学　校　到　家　你　应该 花费多　少

    thời yan?
    时　　间

    你从学校到家需要多长时间？

    How long does it take to go home from your
school?

    Сколько времени требуется, чтобы добраться
из твоей школы до дома?

    あなたは学校から家までどのぐらいかかり
ますか？

12. Ngồi xe đạp phải　mắt　hai mươi phút chó yàu.
    坐　车　踏　应该 花费 二　十　分钟　左　右

    骑自行车需要二十分钟左右。

    It's about a 20 – minute bicycle ride.

    На велосипеде около двадцати минут.

    自転車で20分ぐらいかかります。

13. Ở đây có xe thê không?
    在 这 有 车 租   吗

    这里有出租车吗？

    Where can I get a taxi around here?

    Есть ли здесь такси?

    ここにタクシーはありますか？

14. Xin đưa tôi đến trạm xe khóa / phổ tshế chàm.
    请 送 我 到 站 火 车 / 火 车 站

    请把我送到火车站。

    Take me to the railway station, please.

    Пожалуйста, отвезите меня на вокзал!

    駅までお願いします。

15. Xe buýt / cúng cáo tshế này đến thân bay không?
    车 公交 / 公 交 车 这 到 机 场 吗

    该公交车到机场吗？

    Does the bus go to the airport?

    Можно ли доехать до аэропорта на этом автобусе?

    このバスで、空港まで行けますか？

16. Đi thân bay xin ngồi xe tài pá ／ xe ô – tô.
　　去　机　场　请　坐　车　大　巴 ／ 车　汽车

去机场请你乘坐机场大巴。

You can take a shuttle to the airport.

Чтобы　　добраться　　до　　аэропорта，

воспользуйтесь шаттлом.

空港まではエアポートバスを利用してください。

（七） boɡakaŋ

天　气

Weather

Погода

天　気

1. Hôm nay yòi thế nào?
   今　天　天　如　何

   今天天气怎样?

   What's the weather like today?

   Какая сегодня погода?

   今日のお天気はどうですか?

2. Hôm nay yòi er nǎng.
   今　天　天　晴

   今天是晴天。

   It's a fine day.

   Сегодня солнечная погода.

   今日は晴れです。

3. Tên yời có nhiều mây, ngày mai có thể mắt.
   上　天　有　多　云，　明　天　可　能　阴

   天上有云了，明天可能是阴天。

   It's cloudy and may be overcast tomorrow.

   На небе облака, завтра возможно будет
   пасмурная погода.

   空には雲がかかっています、明日は曇りかも
   しれません。

4. Ngoài có yó to, có lẽ thắp xuồng thương.
   外　有　风　大，可　能　就要　下　霜雪

   外面在刮风，可能要下雪。

   The wind is now blowing and it looks like it may
   snow.

   На улице ветрено, наверно, будет снег.

   外は風です、雪が降るかもしれません。

— 61 —

5. Hôm kia ở đây có một con mưa to.
   前　天 在 这里 有 一 场　雨 大

这里前天下了一场大雨。

It rained heavily here the day before yesterday.

Позавчера здесь был сильный дождь.

ここは、おととい大雨でした。

6. Một hôm yét hơn một hôm yồi.
   一　天 冷 比 一　天 了

天一天比一天变冷了。

It's getting colder every day.

С каждым днем становится всё холоднее.

日増しに寒くなってきました。

7. Ở miền bắc mùa đông khá yét.
   在 面 北 季 冬 很 冷

北方的冬天很冷。

It's pretty cold in the north in the winter.

Зимой на севере очень холодно.

北方の冬はとても寒いです。

8. Ở miền nam mùa hè bức lắm.
　在　面　南　季　夏　热　甚

南方的夏天很热。

It's so hot in the south in the summer.

Летом на юге очень жарко.

南方の夏は大変熱いです。

9. Ở đây mùa xân âm.
　在　这里　季　春　暖

这里的春天很温暖。

It's warm here in the spring.

Весной здесь очень тепло.

ここの春は暖かいです。

10. Mùa thu ở Bắc Kinh lá cây đỏ đẹp lắm.
　　季　秋　在　北　京　叶　树　红　漂亮　很

秋天北京的红叶很漂亮。

Beijing is quite lovely in the autumn when the leaves turn red.

Осенью в Пекине очень красивые красные листья.

北京の秋の紅葉はとてもきれいです。

（八） shirette ɡadaŋ
打电话
Phone Call
Позвонить
電話をかける

1. Vậy，ông ×× ở đây không?
   喂！ 先生 ×× 在 这 吗

   喂！你好！请问××先生在吗？

   Hello. Can I speak to Mr. . . .

   Алло！Здравствуйте！Можно ли поговорить с
   господином ××.

   もしもし、こんにちは。××さんいらっしゃ
   いますか？

2. Cô phải là cô × × không?
你 是 是 姑 × × 吗

你是××女士吗?

Is this Ms....

А Вы госпожа × ×?

× ×さんでいらっしゃいますか?

3. Xin cho gọi cô × ×.
请 给 叫 姑 × ×

请给找一下××小姐。

I'd like to speak to Miss ...

Можно ли попросить к телефону мисс × ×.

× ×さんをお願いします。

4. Anh đợi một lúc.
你 等 一 会儿

请你等一会儿。

Just a moment (Hold on), please.

Минуточку!

少々お待ちください。

5. Cô không ở nhà, cô đi ya yồi.
   姑　不　在　家，姑 出 去 了

   她不在，出门了。

   Sorry, she's not in right now.

   Ей сейчас нет, она вышла.

   彼はおりません。外出いたしております。

6. Anh có lời/tiện　yì　nhắn không?
   您　有 话/东西 什么 寄言　不

   您要留言吗?

   Would you like to leave a message?

   Нужно ли ему что – то передать?

   ご用件を伝えましょうか?

7. Tôi nói cô cho gọi lại.
   我　说 她 给 打 再

   我转告她给您回电话。

   Ok. I'll have her call you back.

   Я передам ей, чтобы она Вам перезвонила.

   折り返し電話するように伝えておきます。

— 67 —

8. Tôi là × × , anh là ai?
   我 是 × × , 您 是 谁

   我是 × × , 您是哪位?
   This is . . . Who's speaking?
   Говорит × × , а с кем я говорю?
   私は × × です。どちらさまでしょうか?

9. Tôi là bạn học của cô, × × .
   我 是 同 学 的 你, × ×

   我是你的同学 × × 。
   This is your classmate . . .
   Говорит твой одноклассник × × .
   私はあなたの同級生の × × です。

10. Ngày mai tôi gọi lại cho nó.
    明　天　我　打　再　给　他

    我明天再给他打。
    All right. I'll call him again tomorrow.
    Завтра я ему перезвоню.
    明日もう一度おかけします。

（九）ayawuŋ
兴 趣
Hobbies
Вкус
趣 味

1. Anh có thít vận động không?
   您　有　喜欢　运　动　　不

   你喜欢运动吗？

   Do you like sports?

   Ты любишь заниматься спортом?

   あなたは運動が好きですか？

2. Tôi thít chạy lắm.
   我　喜欢　跑　很

   我很喜欢跑步。

   I like jogging.

   Я люблю заниматься бегом.

   私はジョギングが大好きです。

3. Anh mỗi ngày cũng đánh bóng/làm khàu.
 他 每 天 都 打 球/篮 球

他每天都打篮球。

He plays basketball every day.

Он каждый день играет в баскетбол.

私は毎日バスケットボールをやっています。

4. Tôi thít nghe hát.
 我 喜欢 听 唱

我爱听音乐。

I'm into music.

Я люблю слушать музыку.

私は音楽鑑賞が好きです。

5. Anh thít xem chiếu kbóng/tiền yếng không?
 你 喜欢 看 照 影/电 影 吗

你爱看电影吗?

Do you like movies?

Ты любишь кино?

あなたは映画みるのが好きですか?

6. Mẹ tôi mồi cuồi tần cũng đi xem tò.
  妈妈 我 每 末 周 都 去 看 戏

  妈妈每周末都去看剧。

  My mother goes to the theatre every weekend.

  По выходным мама ходит на спектакли.

  母は毎週末、舞台を見に行きます。

7. Bồ   tôi thít vẽ lắm.
  爸爸 我 喜欢 画 甚

  爸爸很喜欢画画。

  My father is keen on painting.

  Папа любит рисовать.

  父は絵を描くのが大好きです。

8. Em gái tôi thít hát liu hàng.
  弟 女 我 喜欢 唱 流 行

  妹妹爱唱流行歌曲。

  My younger sister enjoys singing pop songs.

  Сестра любит поп－музыку.

  妹はポップスを歌うのが好きです。

9. ông nội của tôi mỗi hôm cũng đi yếu/tản bộ.
   爷　爷　的　我　每　天　都　去　逛/散　步

   我爷爷每天都散步。

   My grandfather takes a walk every day.

   Мой дедушка каждый день гуляет.

   祖父は毎日散歩をします。

10. Bà nội của tôi thít ở nhà yồng hoa.
    奶　奶　的　我　喜欢　在　家　种　花

    奶奶喜欢在家种花。

    My grandmother likes gardening.

    Моя бабушка любит выращивать цветы
    в доме.

    祖母は家でガーデニングをするのが好き
    です。

11. Yì nó yất thít nấu cơm.
    姨 她 很 喜欢 煮 饭

    她姨妈对做饭很有兴趣。

    My aunt is interested in cooking.

    Её тётя любит готовить.

    彼女の叔母は料理作りが好きです。

12. Yư mờ, cậu tôi yất thít w mở xe.
    可是， 舅 我 很 喜欢 开 车

    可是，我舅舅特别爱开车。

    But my uncle loves driving.

    Но мой дядя любит водить машину.

    しかし、叔父は車を運転することが大好き
    です。

（十） huda ooroŋ, ꞟrireŋ
婚姻、　　家庭
Marriage & Family
Брак и Семья
結婚、家庭

1. Anh lấy vợ chứa?
   哥　要 妻子　未

   你结婚了吗？

   Are you married?

   Ты женат?

   ご結婚されましたか？

2. Tôi chưa lấ y vợ /chồng.
   我　未　要　妻子/丈夫

   我还没有结婚。

   Not yet.

   Нет, я не женат.

   私はまだ結婚していません。

3. Anh thàm phẳn chửa?
   哥　　谈　　婚　　未

   你谈恋爱了吗?

   Are you seeing someone now?

   У тебя есть девушка?

   恋愛していますか?

4. Tôi đã có bạn gái yôi.
   我　已经　有　朋友　女孩　了

   我已经有女朋友了。

   I'm going out with a girl.

   Да, у меня есть подруга.

   私にはもう彼女がいます。

5. Cô ấy có bạn yai chửa?
   姑　那　有　朋友　男　未

   她有男朋友了吗?

   Does she have a boyfriend?

   У неё есть парень?

   彼女には彼氏がいますか?

6. Cô ấy chưa thàm phẩn.
   姑 那 未 谈 婚

   她还没谈恋爱呢。

   No. She isn't dating.

   Нет, у неё нет.

   彼女はまだ恋をしたことがありません。

7. Tôi còn độc thân.
   我 还 独 身

   我是独身。

   I am single.

   Я одинока.

   私は独身です。

8. Tôi đã lấy vợ/chồng yôi.
   我 已经 要 妻子/丈夫 了

   我已经结婚了。

   I'm married.

   Я уже замужем.

   私は結婚しています。

9. Chúng mày có ngôi nhà chứa?
　　你　　们 有 座 房子 不

　　你们有房子吗？

　　Are you a homeowner?

　　У вас есть квартира?

　　あなたたちは家を持っていますか？

10. Chúng tôi chưa có ngôi nhà.
　　我　　们 没 有 座 房

　　我们没有自己的房子。

　　Not at the moment.

　　Нет, у нас нет квартиры.

　　我々は家を持っていません。

11. Chúng mày thống ở đâu?
　　你　　们 生活 在 哪里

　　你们住哪里？

　　Where do you live?

　　Где вы живёте？

　　あなたたちはどこに住んでいますか？

12. Chúng tôi với bố mẹ cùng ở.
    我　　们 和 父 母 共 住

    我们和父母一起住。

    We live with our parents.

    Мы живём вместе с родителями.

    私たちは親と同居しています。

13. Chúng nó mua được nhà mới t yồi.
    他　　们 买 得 房 新 了

    他们买了新房子。

    They just bought a new apartment.

    Они купили новую квартиру.

    彼らは新しい家を購入しました。

14. Chúng mày ở nhà gác không?
    你　　们 住 楼 阁 吗

    你们是住楼房吗?

    Do you live in an apartment building?

    А вы живёте в многоэтажном доме?

    あなたたちはアパートに住んでいますか?

15. Không phải, chúng tôi ở nhà ngói.
　　不　　　是，　我　们 住 房 瓦

　　不是，我们住平房。

　　No. We live in a bungalow.

　　Нет, мы живём в одноэтажном доме.

　　いいえ、私たちは1戸建てに住んでいます。

16. Chúng mày có con cái chưa?
　　你　　　们 有 孩 子　未

　　你们有孩子吗?

　　Do you have kids?

　　У вас есть дети?

　　あなたたちには子供がいますか?

17. Chúng tôi chưa có con cái.
　　我　　　们 未 有 孩　子

　　我们还没有孩子。

　　Not yet.

　　Нет, пока ещё нет.

　　私たちにはまだ子供がいません。

18. Chúng nó chuẩn bị thang năm lấy con cái.
    他　们　准　备　来　年　要　孩　子

    他们打算明年要孩子。

    We are planning to start a family next year.

    У них Будет свой ребёнок в следующем году.

    彼らは来年こども作るつもりです。

19. Vợ tôi đã ó mang ba tháng yôi.
    妻　我　已经　有　身孕　三　月　了

    我爱人怀孕已三个月了。

    My wife is three months pregnant.

    Моя жена на 3 месяце беременности.

    家内はすでに妊娠3か月です。

20. Chị tôi để một con yai yôi.
    姐　我　生　一　男孩　了

    我姐姐生了一个男孩。

    My sister just had a baby boy.

    Моя сестра родила мальчика.

    姉のところに男の子が生まれました。

21. Chúng tôi có hai con.
我　　们 有 两个 孩子

我们有两个孩子。

We have two kids.

У нас двое детей.

私たちには二人の子供がいます。

22. Tôi có một con gái.
我 有 一 女 孩

我有一个女孩。

I have a daughter.

У меня девочка.

私には女の子が一人います。

23. Anh tôi có hai con: một jai, một gái.
哥哥 我 有 二 孩 一 男 一 女

哥哥有一个男孩和一个女孩。

My elder brother has a son and a daughter.

У моего брата мальчик и девочка.

兄には男の子が一人と女の子が一人います。

24. Chúng nó là tẻ thân đôi.
    他　　们 是 子 亲 双

他们两个是双胞胎。

They are twins.

Они близнецы.

あの二人は双子です。

25. Vợ　mày ở nhà không?
    妻子 你 在 家　不

你妻子在家吗?

Is your wife in?

Твоя жена дома?

奥さんは家にいますか?

26. Vợ　tôi đưa con đi yồi.
    妻子 我 送 孩子 去 了

她送孩子去了。

No. She isn't home.

Она ушла проводить ребёнка.

家内は子供を送りに行きました。

27. Vợ tôi đưa con đến yau yí yín/nhà tẻ con.
　　妻 我 送 孩子 到 幼 儿 园／家孩 子

　　她把孩子送到了幼儿园。

　　She took our kid to the kindergarten.

　　Она отвела ребёнка в детский сад.

　　彼女は子供を幼稚園まで送って行きました。

28. Nhà chúng mày có người yà không?
　　家 　你 们 有 人 老 不

　　你们家有老人吗？

　　Do you live with your grandparents?

　　В вашей семье есть старые?

　　お宅にはお年寄りがいますか？

29. Còn có ông bà ở nhà.
　　还 有 爷爷 奶奶 在 家

　　家里还有爷爷和奶奶。

　　My grandparents live with us.

　　В нашей семье есть дедушка и бабушка.

　　家には祖父と祖母がいます。

30. Gia đính chúng tôi yất hạnh phúc.
  家 庭 我 们 很 幸 福

我们是一个幸福的家庭。

We are a happy family.

У нас счастливая семья.

私たちは幸せな家族です。

(十一) doottorni boɡ
医　院
Hospital
Больница
病　院

1. Gần đây có bệnh viện / nhà thương không?
   近　这　有　病　院 ／ 家　伤　不

   这一带有医院吗?

   (Excuse me.) Are there any hospitals around here?

   Есть ли здесь больница?

   この近くに病院はありますか?

2. Nhà gác tầng tầng tước kia thí là bệnh viện / nhà
   阁　楼　白　白　前　那　就　是　病　院 / 家
   thương.
   伤

    前面那栋白楼就是医院。

    The white building ahead is a hospital.

    Белое здание впереди больница.

    前方の白い建物が病院です。

3. Lôí nào đến bệnh viện / nhà thương?
   路　哪　到　病　院 / 家　伤

    到医院怎么走?

    Excuse me. How can I get to the hospital?

    Как добраться до больницы?

    病院までどのように行けばいいですか?

4. Đi thẳng cái lối này ethí phải.
   走　直　路　这　就　是

   顺着这条大道一直走。

   Walk along this street.

   Прямо по этой улице.

   この大通りに沿って真直ぐ行って下さい。

5. Thau đến cái đèn xanh đỏ thứ ba thì yẽ thang
   后　　到　个　灯　青　红　第　三　就　拐

   tay phải.
   手　右

   然后，遇到第三个红绿灯右拐。

   Turn right at the third traffic light.

   Потом сверните направо у третьего светофора.

   そして、三番目の信号を右に曲がってくだ
   さい。

6. Yē thang tay phải thí đến yôi?
   拐　上　手　右　就　到　了

   那么，右拐就会到了吗？

   Then will I am there?

   Таким образом, свернув направо, я смогу дойти?

   そしたら、右に曲がったら着くんですか？

7. Tay phải vào bốn tăm máy/mét thì đến.
   手　右　进入　四　百　　米　　就　到

   右拐后，还要往里走四百米。

   No. You will have to walk another 400 meters.

   Направо и дальше прямо пройти четыреста метров.

   右に曲がってから、さらに400メートル進ん
   で下さい。

8. Đây là bệnh viện / nhà thương không?
   这 是 病 院 / 家 伤 吗

   这里是医院吗?

   Excuse me. This is hospital, isn't it?

   Это больница?

   ここは病院ですか?

9. Ừ, phải.
   哦，是的

   是的，这里是医院。

   Yes, it is.

   Да, это больница.

   はい、ここは病院です。

10. Chỗ khám bệnh / mùn chẳn pù ở đâu?
    处 看 病 / 门 诊 部 在 哪里

    门诊部在哪里?

    Where is the outpatient department?

    Где амбулатория?

    外来はどこですか?

11. Ở e bên tái thảnh / tài thếng bệnh viện / nhà
    在　边　左　厅　/ 大　厅　病　院　/ 家

thương.
伤

门诊部在医院大堂左侧。

To the left of the lobby.

Амбулатория с левого торца здания.

外来は病院のフロントの左側です。

12. Tôi muốn qua hầu.
    我　想　挂　号

我想挂个号。

Hello. I'd like to register.

Я хотел бы записаться к врачу.

わたしは診察券をもらいたいです。

13. Qua hầu cái yì?
    挂　号　个　什么

    你挂什么号？

    Hello. Which department?

    К какому врачу?

    あなたは、なに科にかかりたいのですか？

14. Tôi muốn qua hầu nổi phổ.
    我　想　挂　号　内　科

    我想挂内科号。

    I'd like to register for internal medicine.

    К терапевту.

    私は内科にかかりたい。

15. Tôi muốn qua hầu chuyên ya.
    我　想　挂　号　专　家

    我想挂专家号。

    I'd like to see a specialist.

    К специалисту.

    私は専門医師の診察を受けたいです。

16. Xin để yẩy qua hậu ở đây.
　　请　留　纸　挂　号　在　这里

　　请你把挂的号放在这里。

　　Please put your registration card here and wait for
　　your turn.

　　Оставьте ваш талон здесь.

　　診察券をここに置いてください。

17. Người ốm đang đợi theo qua hậu.
　　人　　病　正　等待　按　挂　号

　　患者都按号排队看病。

　　Look, everyone is waiting in line for their turn.

　　Пациенты должны обращаться к врачу
　　по очереди.

　　患者さんは診察番号の順番で医者に診ても
　　らいます。

18. Ở đâu ikhó chịu?
   在 哪里 苦 遭受

   你怎么不舒服？

   Why are you here today?

   На что вы жалуетесь?

   どこが悪いですか？

19. Tôi bị cảm đau đầu.
   我 被 感 痛 头

   我感冒头痛。

   I've got a headache. I think I'm coming down

   with a cold.

   У меня болит голова от простуды.

   私は風邪をひいて、頭が痛いです。

— 93 —

20. Xin anh lấy vǎn tù kay kẹp bàng nắt.
　　 请　您　拿　温　度　计　夹　膀　腋

请你把体温表放在腋下。

Please put this thermometer under your armpit.

Возьмите термометр под мышку.

体温計を脇の下に挟んでください。

21. Ông thật có một tí nóng/thôt.
　　 您　实　有　一　些　热/发烧

你确实有点发烧。

You've got a temperature.

У тебя действительно температура.

あなたは確かに熱があります。

22. Ông bị cảm nhiều hôm chứa?
　　 你　被　感　几　天　未

你感冒几天了?

How long have you had it?

Когда ты простудился?

風邪をひいてから何日経っていますか?

23. Có hai ngày yồi.

有 两 天 了

有两天了。

Two days.

Уже два дня.

二日経っています。

24. Ăn qua thuốc yì chứa?

吃 过 药 什么 吗

吃过什么药吗?

Are you taking anything for it?

Какие лекарства ты принимал?

何か薬を飲みましたか?

25. Thuốc yì chẳng ăn qua.

药 什么 没 吃 过

我没吃任何药。

I haven't taken any medication for it.

Никаких.

私は何の薬も飲んでいません。

26. Vậy   mở một tí thuốc cảm cho ông.
    那么，开 一 些 药 感冒 给 您

    那么，给你开点退烧药吧。

    So I'm going to give you a prescription for your
    fever.

    Тогда, я пропишу лекарства от простуды.

    では、風邪薬を処方します。

27. Lại còn về nhà uống nhiều nước thôi, ngơi nghỉ.
    再 还 回家 喝 多 水 开 休 息

    另外，回去多喝些白开水，好好休息。

    You should drink plenty of water and take good
    rest.

    Кроме того, пейте побольше воды и хорошо
    отдыхайте.

    また、お湯をたくさん飲んで、よく休んでく
    ださい。

28. Đây là chỗ lấy thuốc.
   这　是　处　取　药

   这里是取药口。

   You can get your medicine at this window.

   Это окно для выдачи лекарств.

   ここは薬を受け取る窓口です。

29. Đây là thuốc yảm thốt/thui síu.
   这　是　药　减　烧/退　烧

   这是退烧药。

   Here is your antipyretic.

   Это жаропонижающее средство.

   これは熱を下げる薬です。

30. Thuốc này một ngày ăn ba lần, một lần ăn hai
    药   这 一 天 吃 三 次 一 次 吃 两
    viên.
    丸

退烧药一天吃三次，每次吃两片。

Take two tablets at a time, three times a day.

Принимайте лекарство от простуды три раза

в день, каждый раз по две таблетки.

風邪薬は一日三回、毎回二錠を飲んでくだ

さい。

31. Đựng thuốc hẳn hoi, gặp lại nhé.
    装 药   踏 实, 再 见 吧

请你把药拿好，再见！

Take care and goodbye!

Возьмите лекарства. До свидания!

薬をお忘れないように。お大事に。

（十二） yeeme ᵾniim gadaŋ

购　物

Shopping

Покупка

買い物

1. Tôi đi ya một lân.
   我　出去　一　趟

   我要出去一趟。

   I have to go out for something.

   Мне нужно выйти.

   私は出かけてきます。

2. Đi đâu đây?
   去　哪里　啊

   要去哪里？

   Where are you going?

   Куда ты идёшь?

   どこに行きますか？

3. Đi chợ.
去 市场

去商场。

To the store.

В универмаг.

デパートに行きます。

4. Đi chợ / xiếng tshiềng nào?
去 市场 / 商 场 哪

你去哪个商场?

Which one?

В какой универмаг?

あなたはどのデパートに行きますか?

5. Đi nhà bán pac phô.
去 家 贩 百 货

去百货商场。

The department store.

В ГУМ.

百貨店に行きます。

6. Anh muốn mua cái gì?
   你　　想　买　个　什么

   你要买什么？

   What are you going to buy?

   Что вы хотите купить?

   あなたは何を買いますか？

7. Tôi muốn mua cái ăn.
   我　　想　买　个　吃

   我要买吃的东西。

   Some food.

   Мне нужно купить продукты.

   私は食品売り場へ行きたい。

8. Cô ấy cũng mua cái ăn không?
   她　　也　买　个　吃　吗

   她也要买吃的东西吗？

   Does she also want to buy some food?

   Ей тоже нужны продукты?

   彼女も食品売り場へ行きますか？

9. Không phải, em gái tôi muốn mua quần áo mùa hè.
   不　　　是，弟女我　要　　买　　裤　衣　季　夏

不是，我妹妹要买夏天穿的衣服。

No, my younger sister only wants to buy some
summer clothes.

Нет, моя сестра хочет купить летнюю одежду.

いいえ、妹は夏の洋服を買うつもりです。

10. Nhà bán pac phô cái yì cũng có.
    家　　販　百　货　个　什么　也　有

百货商场里什么都有。

You can find anything in the department store.

Чего только нет в универмаге.

百貨店には何でもあります。

11. Chào cô bán hàng!
好　姑娘 售　货

售货员你好！

Hello.

Здравствуйте！

こんにちは。

12. Anh muốn mua cái yì?
你　要　买　个 什么

你要买什么吗？

Can I help you?

Что вы ищете?

何をお探しですか？

13. Lấy Cái áo kia cho anh xem một cái.
拿　个 衣 那 给　哥 看　一　个

请你给我拿那件衣服。

Can I see that dress?

Покажите мне эту одежду.

あの洋服を見せてください。

14. Cái   áo   này bao nhiêu tiền?
    个 衣服 这 多 少   钱

    这件上衣多少钱?

    How much is this top?

    Сколько стоит эта одежда?

    このシャツはいくらですか?

15. Cái   áo   này mua được.
    个 衣服 这 买   得

    这件衣服的价格还算合理。

    The price is reasonable.

    Это приемлемая цена.

    この洋服の値段は普通です。

16. Bộ quần áo lót này đẹp không?
    部 裤 衣 内 这 好看   不

    这套内衣好看吗?

    This undergarment looks good, doesn't it?

    Красиво ли это бельё?

    この下着のセットはきれいですか?

17. Tôi thấy đẹp lắm.
    我　觉得　好看　很

    我觉得很好看。

    Well, I think it does.

    Мне кажется, что красиво.

    私はきれいだと思います。

18. Bộ quân áo này tôi mặc vừa không?
    部　裙　衣　这　我　穿　合身　吗

    我穿这衣服合身吗?

    Dose it fit me?

    Идет ли мне эта одежда?

    私にはこの服が合っていますか?

19. Mặc không bao nhiêu vừa.
    穿　不　多　少　合身

    你穿不太合身。

    I'm afraid it doesn't fit you.

    Не очень.

    あなたにはちょっと合わないです。

— 105 —

20. Cái quần này có màu khác không?
　个　裤子　这　有　颜色　别的　　不

　这条裤子还有其他颜色的吗？

　Do you have these trousers in other colors?

　Есть ли такие брюки другого цвета?

　このズボンには別の色がありますか？

21. Không, chỉ có màu đen.
　没有，　只　有　色　　黑

　没有，只有黑颜色。

　Sorry, we only have black ones for this style.

　Нет, только тёмного цвета.

　いいえ、黒しかないです。

22. Tôi muốn mua một đôi yày ya.
　我　想　买　一　对　鞋　皮

　我想买一双皮鞋。

　I'm looking for a pair of leather shoes.

　Я хотел бы купить пару ботинок.

　私は皮靴を一足買いたいです。

23. Ở đâu có xe đun mua hàng?
在 哪里 有 车 推 买 货

哪里有购物用的小推车？

Where can I find a shopping cart?

Где можно взять тележку?

買い物カートはどこですか？

24. Ở chỗ vào nhà bán hàng.
在 处 入 家 贩 货

就在商场的入口处。

You can get one at the entrance.

У входа в универмаг.

デパートの入り口のところにあります。

25. Mẹ mua được thừa và từng yôi.
妈妈 买 得 奶 和 蛋 了

妈妈买了牛奶和鸡蛋。

My mother bought some milk and eggs.

Мама купила молоко и яйца.

母は牛乳と卵を買いました。

26. Bố không mua được một cái nào.
　　 爸　不　买　得　一　个　什么

　　 爸爸什么都没买。

　　 My father did not buy anything.

　　 Папа ничего не купил.

　　 父は何も買いませんでした。

27. Cô bán hàng ơi, chỗ thu tiền ở đâu?
　　 姑　售　货　哎，处　收　款　在　哪里

　　 售货员，付款台在哪里？

　　 Excuse me. Where is the cashier?

　　 Подскажите，где касса?

　　 お会計はどこですか？

28. Những hàng này tất cả bao nhiêu tiền?
　　 这些　　货　这　总共　多　少　钱

　　 这些货物多少钱？

　　 How much are these?

　　 Сколько всего за эти товары?

　　 これ、全部でおいくらですか？

29. Tất cả × × đồng.
　　全　部　×× 元

　　全部是××元。

　　They are... yuan all together.

　　Всего ×× юаней.

　　合計××円です。

30. Những hàng này hộ tôi bao vào hẳn hoi.
　　货　　　物　这　帮　我　包　进　严　实

　　请你给我打包这些货物。

　　Please wrap them up for me.

　　Заверните, пожалуйста, эти покупки.

　　包装をしてください。

31. Hoan nghênh danh yở lại.
　　欢　　迎　　您　回　来.

　　欢迎您再来。

　　Come back and see us again.

　　Добро пожаловать еще раз.

　　また、いらしてください。

（十三）peyteŋni boƍ
机 场
At the Airport
Аэропорт
空 港

1. Đây là thân bay Bắc Kinh.
   这 是 机 场 北 京

   这里是北京首都国际机场。

   Here is the Beijing International Airport.

   Это аэропорт Пекина.

   ここは北京空港です。

2. Thân bay có nhiều người.
   机 场 有 多 人

   机场里人很多。

   Oh, it's packed here.

   В аэропорту много людей.

   空港は人でいっぱいです。

3. Chỗ hỏi thân bay ở đâu?
　处　问　机　场　在　哪里

机场问询处在哪里?

Excuse me. Where is the information desk?

Где в аэропорту справочное бюро?

空港のインフォメーションはどこですか?

4. Tước cửa vào thảnh/tài thếng.
　前　　门　进　厅/大　　厅

在机场大堂入口处。

At the entrance to the main lobby.

У входа в аэропорт.

空港の入り口のところにあります。

5. Đây phải là chỗ hỏi không?
　这　　是　是　处　问　　吗

这里是问询处吧?

So this is the information desk, isn't it?

Это справочное бюро?

ここはインフォメーションですか?

6. Phải, đây phải là chỗ hỏi.
   是的，这　是　是　处　问

   是的，这里就是问询处。

   Yes, it is.

   Да, здесь справочное бюро.

   はい、ここはインフォーメーションです。

7. Anh có việc yì đây?
   你　有　事　什么　吗

   你有什么事吗？

   Can I help you, Sir (Madam or Miss)？

   Что вы хотите？

   なにか御用ですか？

8. Tôi muốn mua vé máy bay.
   我　想　买　票　飞　机

   我想买机票。

   I'd like a ticket.

   Я хочу купить авиабилет.

   航空券を買いたいのですが。

— 112 —

9. Anh muốn đi đâu?
   你　想　去 哪里

   你要去哪里？
   Where to?
   Куда Вы летите?
   どちらに行きますか？

10. Tôi định đi Thượng Hải.
    我 打算 去　上　海

    我去上海。
    To Shanghai.
    В Шанхай.
    私は上海に行きます。

11. Mua vé đi Thượng Hải phải thang cửa C.
    买 票 去　上　海 应该 到 门窗 C

    去上海的机票要到 C 口去买。
    Please move to window C for tickets to Shanghai.
    Купите билет в Шанхай в кассе C.
    上海行きの航空券はCカウンターで買えます。

12. Cửa C ở đâu?
    门窗 C 在 哪里

    C 口在哪里?

    Where is it?

    Где касса C?

    Cカウンターはどこですか?

13. Ở bên tay phải cửa D.
    在 边 手 右 门窗 D

    在 D 口右侧。

    To the right of window D.

    Направо от кассы D.

    Dカウンターの右側です。

14. Anh muốn mua vé máy bay không?
    你   想   买 票 机 飞   吗

    你要买机票吗?

    Can I help you, Sir (Madam or Miss) ?

    Вам нужен авиабилет?

    あなたは航空券を買いますか?

15. Ừ,   tôi muốn mua một vé máy bay đi
是的, 我   想   买 一 票 机 飞 去
Thượng Hải.
上   海

是的，我想要买一张去上海的机票。

Yes. I need a ticket to Shanghai.

Да, мне нужен билет в Шанхай.

はい、私は上海行きの航空券を一枚買いた
いです。

16. Vậy anh thì ở   đây pài tùi /xếp hàng.
那么 哥 就 在 这里 排 队/ 叠   行

那么，你就在这里排队吧。

Please line up here.

Пожалуйста, встаньте в очередь.

では、ここに並んでください。

17. Xin cho tôi sản phản chêng/chứng thân phận
　　请　给　我　身　份　　　证/证　身　份
　　của anh.
　　的　哥

　　　请你将身份证给我。

　　　ID card, please.

　　　Паспорт, пожалуйста!

　　　身分証明書を見せてください。

18. Đây là vé máy bay của anh.
　　这　是 票 飞　机　的　哥

　　　这是你的机票。

　　　Here is your ticket.

　　　Это ваш билет.

　　　これがあなたの航空券です。

19. Ón kím háu/chỗ an toàn kiểm tra ở đâu?
   安 检 口/处 安 全 检 查 在 哪里

   安检口在哪里？

   Excuse me. Where is the security check?

   Где контроль безопасности？

   安全検査はどこですか？

20. Đi vào tong hai tăm máy/mét, yē thang bên phải
   走 进 里 二 百 米， 拐 上 边 右
   thì đến.
   就 到

   去安检口要往里走两百米，然后左拐就到了。

   Walk 200 meters then turn left. You can't miss it.

   Двести метров прямо и потом налево.

   安全検査の場所は、この奥へ200メートル進み、左に曲がったらすぐです。

21. Xǎt/cầm hẳn hoi hành lý.
提/摁　严实　行李

请你把行李拿好。

Please hold on to your luggage.

Возьмите багаж.

手荷物を忘れないように。

22. Tǎng ký háu/cửa lên tàu bay đi Thượng Hải
登　机　口/处　上飞机去　上　海

ở　đâu?
在 哪里

去上海的登机口在哪里？

Where is the boarding gate for the flight to Shanghai?

Где регистрация на рейс в Шанхай?

上海行きの搭乗口はどこですか？

23. Vào cửa A lên tàu bay.
   进　门 A 上 飞　机

   请从 A 口登机。

   Please proceed to Gate A.

   У стойки A.

   搭乗口 Aです。

24. Lúc　nào lên tàu bay?
   时候 哪　上 飞　机

   什么时候登机？

   What time does boarding start?

   Когда начнётся посадка？

   何時に搭乗できますか？

25. Nửa tiếng nửa thì lên tàu bay.
   半　小时 再　就 上 飞　机

   半个小时以后登机。

   In 30 minutes.

   Через полчаса.

   三十分後に搭乗します。

26. Lên tàu bay chỉ được xắt một cái túi.
    上　飞　机　只　得　提　一　个　袋

登机时只能带一件小提包。

You are allowed only a small piece of carry – on luggage.

При посадке у каждого пассажира может быть только одно багажное место.

機内に手荷物は一つしか持ち込めません。

27. Thộc vẫn hành lý không được nặng hơn bốn
    托　运　行　李　不　得　重　过　四

    mươi cân.
    十　　斤

托运行李重量不能超过二十公斤。

Airline policy only allows checked luggage weighing less than twenty kilograms.

Вес багажа не должен превышать двадцать килограммов.

預けらる荷物の重量は二十キロまでです。

28. Chỗ vày của nị là hàng thứ mười tám, A chỗ.
   座　位　的　你　是　行　第　十　八，A 座

   你的座位是 18 排 A 座。

   Your seat is Row 18 Seat A.

   Ваше место 18 ряд A.

   あなたの席は18列のA席です。

29. Ngồi hẳn hoi ở ghế nị.
   坐　充　分　在椅子你

   请你在自己的座位上坐好。

   Please take your seat!

   Займите своё место.

   自分の席に座ってください。

30. Buộc hẳn hoi ớn tshìn tai.
   缚　充　分　安　全　带

   请你系好安全带。

   Please fasten your safety belt.

   Пожалуйста, пристегните ремень безопасности.

   シートベルトをしっかり締めてください。

31. Tàu bay baya lên yồi, chào Bắc Kinh!
飞　机　飞　起　了，再见 北　　京

飞机起飞了，北京，再见！

The plane is taking off. Goodbye, Beijing.

Самолёт взлетает. До свидания, Пекин!

飛行機が離陸しました。さようなら、北京！

（十四） boodol
宾 馆
Hotel
Гостиница
ホテル

1. Đây phải là lý sé không?
   这 是 是旅社 吗

   这是宾馆吗？

   This is a hotel, isn't it?

   Это гостиница?

   ここはホテルですか？

2. Phải, bác muốn lấy cái buồng không?
   对， 伯 想 要 个 房 不

   对，你要住宾馆吗？

   Yes, it is. Do you need a room?

   Да, Вам нужно снять номер?

   はい。お泊りですか？

3. Ừ, cho zh tôi cái buồng một người.
   是，给 我 个 房 一 人

   是的，我要一个单人间。

   Yes. I'd like a single room.

   Да, мне нужен одноместный номер.

   はい、シングルルームお願いします。

4. Tôi lấy cái buồng có chỗ tắm.
   我 要 个 房 有 处 洗澡

   我要带洗澡间的客房。

   I want one with a bathroom.

   Мне нужен номер с ванной.

   シャワー付きの部屋をお願いします。

5. Ở một ngày phải bao nhiêu tiền?
   住 一 天 该 多 少 钱

   住宿一天多少钱？

   How much is it per night?

   Сколько за сутки?

   一泊いくらですか?

6. Bác muốn ở đây mấy ngày?
   伯　　想　住　这　几　天

   你要住几天？

   How long will you be staying?

   На сколько дней вы остановитесь?

   何泊泊まりますか？

7. Ở một tẳng khì/tân.
   住　一　　星　期／旬

   住一个星期。

   For a week.

   На неделю.

   一週間泊まります。

8. Bác ở tầng mười được không?
   伯　住　层　十　　得　吗

   你住十层可以吗？

   How about a room on 10th floor?

   На десятом этаже вас устроит?

   十階の部屋でよろしいですか？

9. Ngọ tưởng/muốn ngủ tầng năm yưới xuồng.
   我　　　想　　睡　层　五　以　　下

   我想住五层以下的客房。

   Sorry, but I' d like a room on a floor below
   the 5th.

   Мне　бы　хотелось　номер　не　выше
   пятого этажа.

   五階以下の部屋に泊まりたいです。

10. Xin thìncái chì lúc khá/điên vào yây đăng ký.
    请　填个　住宿　卡/填　进　纸　登　记

    请填写登记卡。

    Please fill in this registration form.

    Заполните анкету.

    宿泊カードに記入してください。

11. Đây lài khá vào buồng.
　　这　是　卡　进　　房

　　　这是你的房卡。

　　　Here is your room key.

　　　Вот ваша карточка.

　　　これがお部屋のカードキーです。

12. Lý sé này ăn cơm ở tầng nào?
　　旅　舍　这　吃　饭　在　层　哪

　　　旅馆用餐处在几层?

　　　Does the hotel have a restaurant?

　　　На каком этаже ресторан?

　　　ホテルの食堂は何階にありますか?

13. Tầng một tầng hai cũng có.
层　　一　层　二　都　有

一层和二层都有餐厅。

Yes. You can find restaurants on the first and second floors.

На первом и втором этаже.

一階と二階、両方に食堂があります。

14. Có người hộ cầm/xắt hành lý không?
有　人　帮助　拿/提　行　李　吗

有人帮助拿行李吗?

Can someone help me with my luggage?

Кто – нибудь поможет мне отнести вещи?

荷物運びを手伝ってくれる人はいますか?

15. Có người phục vụ hộ cầm/xắt hành lý.
    有 人   服 务帮助 拿/提   行 李

    服务员帮你拿行李。

    Don't worry. A porter will take your luggage to
    your room.

    Портье поможет отнести вещи.

    スタッフが手伝います。

16. Nhờ mày đem hành lý vào buồng đi.
    请 你 带   行   李 进   房   去

    请你把我的行李拿到房间。

    Please take the luggage up to my room.

    Пожалуйста, поднимите мой багаж в номер.

    私の荷物を部屋に運んでください。

17. Tong buồng có nước nóng không?
　　里　　房　有　水　热　吗

房间里有热水吗?

Is hot water available in my room?

В номере есть горячая вода?

部屋にお湯はありますか?

18. Tong buônge hai mươi bốn tiếng cũng có
　　里　　房　二　十　四　小时　都　有

nước nóng.
水　热

房间里24小时供应热水。

Yes, Sir (Madam or Miss). Hot water is availa-
ble in all rooms 24 hours a day.

В номере круглосуточно есть горячая вода.

部屋には24時間お湯があります。

19. Còn   có tín sí ký 、tín pảng lểng.
　　另外 还 电 视 机 、电 冰　箱

　　另外，还有电视机、电冰箱。

　　Plus , you can find a TV and fridge in your room.

　　Кроме того，ещё телевизор и холодильник.

　　このほか、テレビ、冷蔵庫もあります。

20. Có hộ yặt quần áo không?
　　有 帮 洗 裤 衣 不

　　有洗衣服务吗?

　　Do you have laundry service?

　　Есть ли прачечная?

　　クリーニングサービスはありますか?

— 131 —

21. Có, yặt quần áo giá cả hợp đẫy.
　　 有 , 洗　裤　衣 价 格 合 理　哦

　　　 有，我们这里洗衣价格很合理。

　　　 Yes, we offer a reasonably priced laundry service.

　　　 Да, есть и цена приемлемая.

　　　 あります。クリーニング代は高くありま
　　　 せん。

22. Pằn qún này là ký lếng khằp?
　　 宾　 馆　这 是 几 星　　级

　　　 这是几星级宾馆?

　　　 What is the star rating for this hotel?

　　　 Какого уровня это гостиница?

　　　 ことらのホテルは星幾つですか?

23. Pǎn qún này là ứng ťếng khắp.
　　宾　馆　这　是　五　星　级

是五星级宾馆。

This is a five star hotel.

Это пятизвёздная гостиница.

五つ星ホテルです。

24. Đánh được xiêng thù tìn và không?
　　打　　得　　长　　途　电　话　吗

可以打长途电话吗？

Can I make long – distance calls from my room?

Можно ли делать междугородние звонки?

長距離電話をかけられますか？

25. Ở tầng một chỗ tiếp đãi, cho tiền cọc/at cắm
在 层 一 处 接 待 给 钱 押/押 金

mới được.
才 得

到一楼接待处交完押金才可以打长途。

Yes, Sir. But a deposit is required you can pay it
at the reception.

Оставьте деньги на первом этаже у стойки
администратора и можете звонить.

一階の応接カウンターから、代金前払いで長
距離電話が掛けられます。

26. Tháng thớm mai tháu yờ gọi ngọ thức.
早 晨 明天 六 点 叫 我 醒

请你明早六点叫醒我。

Please wake me up at 6:00 tomorrow morning.

Разбудите меня в шесть часов утра.

明日朝六時に起こしてください。

27. Xin cho đổi chăn lót.
　　请　给　换 被子 衣

　　请换床单。

　　Please change the sheets.

　　Замените, пожалуйста, простыню.

　　シーツを変えてください。

28. Xin cho quét yát tong phòng.
　　请　给　扫　净　里　房

　　请打扫一下房间。

　　Please clean my room.

　　Уберите, пожалуйста, номер.

　　部屋を掃除してください。

29. Thui/thôi phòng nhất tôi là mấy yờ?
　　退　　　房　最　晚 是 几　点

　　最晚几点退房?

　　What's the latest I can check out?

　　Когда нужно освободить номер?

　　一番遅くて、何時にチェックアウトできますか?

30. Tôi muốn thui/thôi phòng, bao nhiêu tiền?
   我　想　　退　　房，　多　少　钱

   我要退房，多少钱？

   I'd like to check out.

   Я сдаю номер, сколько с меня?

   チェックアウトしたいです、いくらですか?

31. Xin cô viết cái sáu kỳ cho tôi.
   请　姑　写　个　收　据　给　我

   请你给开个收据。

   I need a receipt.

   Чек, пожалуйста.

   領収書をください。

32. Nhà pản qún này phục vụ tốt thật.
   家　宾　馆　这　服　务　好　真

   这宾馆的服务真好。

   This hotel has very good service.

   В этой гостинице хорошее обслуживание.

   このホテルのサービスは結構いいです。

（十五） teheerem ɯlirəŋ
旅　游
Travel
Туризм
旅　行

1. Mày thít lý yàu/yu lịt không?
   你　喜欢 旅 游/游 历　吗

   你喜欢旅游吗？

   Do you like travelling?

   Ты любишь путешествовать?

   あなたは旅行が好きですか？

2. Tôi thít lý yàu/ yu lịt lắm.
   我 喜欢 旅 游/游 历 很

   我很喜欢旅游。

   Yes, indeed.

   Да, люблю.

   私は旅行が大好きです。

3. Người nhà tôi cũng thít đi lý yàu/yu lịt.

　人　　家我　都　喜欢去旅　游／游历

我们家里人都喜欢旅游。

My family likes travelling.

Вся моя семья любит путешествовать.

私の家族はみんな旅行が好きです。

4. Tôi từ bé cùng với bố mẹ đi lý yàu/yu lịt.

　我　从 小　共　和 父 母 去 旅 游／游 历

我从小就和父母一起旅游。

I travelled a lot with my parents when I was a kid.

Я с детства путешествовал с родителями.

私は小さい時からよく両親と一緒に旅行をし

ました。

5. Chúng tôi xem qua nhiều chỗ cú chếc.
　　我　　们 看 过 很多 处 古　迹

我们去看过很多名胜古迹。

We have been to many great sites.

Мы видели много достопримечательностей.

私たちは多くの名所を見たことがあります。

6. Đi chơi bời/lý yàu/yu lịt học được khá
　　去　交　游/ 旅　游/游　历 学　　得　　很

nhiều của.
多　　东西

人们通过旅游学到很多知识。

Travelling teaches you a lot.

Путешествия дают человеку много знаний.

人々は旅行を通じて多くの知識を学びます。

7. Anh đi qua siềng sảng/Tường Thành chứa?
   哥　去　过　长　　城/长　　城　　未

   你去过长城吗？

   Have you been to the Great Wall?

   Ты был на Великой стене?

   あなたは万里の長城に行ったことがありますか？

8. Đi qua hai lần.
   去　过　两　次

   去过两次。

   Yes. I've been there twice.

   Я был там два раза.

   二回行ったことがあります。

9. Chúng mày còn đi đâu qua không?
   你　　们　还　去　哪里　过　　不

   你们还去过哪里？

   Any other great places?

   Куда еще вы ездили？

   あなたたちは、ほかにどこへ行ったことがありますか？

10. Còn đi qua Hải Nam.
　　还　去　过　海　南

还去过海南。

I've been to Hainan Island.

Мы ещё были на острове Хайнань

海南島にも行ったことがあります。

11. Chúng nó đi qua tshẩu yín/đồng cỏ miền bắc.
　　他　　们去　过　草　　原/地　草　面　北

他们去过北方的草原。

They've been to the prairie in the North.

Они ездили на север в степь.

彼らは北方の草原に行ったことがあります。

12. Ở Trung Quốc chỗ chơi khá nhiều.
　　在　中　国　处　玩　很　多

在中国旅游的地方有很多。

There are lots of great tourism sites in China.

В Китае много мест, которые стоит посетить.

中国には、観光地がとても多いです。

13. Mày có phải lại chơi không?
    你　有　是　来　玩　　不

    你是来旅游的吗？

    You are a tourist, are you?

    Вы турист?

    旅行でこちらへみえたのですか？

14. Phải, tôi là người thít đi chơi.
    是的，我　是　人　喜欢　去　游玩

    是的，我是一名旅游爱好者。

    Yes, I am.

    Да, я любитель туризма.

    はい、私は旅行好きです。

15. Vé lý yàu mùn piu bao nhiêu tiền?
    票　旅　游　门　票　多　少　　钱

    旅游门票多少钱？

    How much is admission to the park?

    Сколько стоит входной билет?

    入場券はいくらですか？

16. Mỗi người mười tám đồng.
　每　人　十　八　元

　　每人十八元钱。

　　18 yuan per person.

　　Восемнадцать юаней.

　　一人十八元です。

17. Tong kia có xe lý yàu không?
　里面 那 有 车 旅 游　不

　　里面有旅游巴士吗?

　　Is a shuttle bus available?

　　Там есть туристический автобус?

　　そこには観光バスがありますか?

18. Đi lý yàu cūng phải ngồi xe lý yàu/lý yàu tshé.
去 旅 游 都 该 坐 车 旅 游／旅 游 车

旅游时都要乘坐旅游巴士。

Yes, we provide it to the tourists.

Во время путешествия надо ехать на туристическом автобусе.

観光のときはみんな観光バスに乗ります。

19. Chúng mày đi lý yàu cần người yẫn đưa không?
你 们 去 旅 游 需 人 引 领 吗

你们需要导游吗?

Do you need a guide?

Вам нужен экскурсовод?

あなたたちはガイドが要りますか?

20. Chúng tôi muốn mời một người yẫn đưa.
　　我　们　想　请　一　人　引　领

　　需要一名导游。

　　Yes, we do.

　　Да, нужен экскурсовод.

　　はい。一人必要です。

21. Người yẫn đưa có biết nói tiêng Anh/yẫng yí
　　人　　引　领　有　知道　说　语言　英/英　语
　　không?
　　吗

　　导游会说英语吗?

　　Does the guide speak English?

　　Говорит ли экскурсовод по – английски?

　　ガイドさんは英語が話せますか?

22. Cô ây nói tiêng Anh/yǎng yí tôt/yǒi lǎm.
她　　说 语言 英/英　语 好/棒　很

她的英语很好。

Yes, she speaks English very well.

Она хорошо говорит по – английски.

彼女の英語は大変上手です。

23. Ngày tưốc mày lại đây qua chưa?
日子 前　你 来 这 过　吗

你过去来过这里吗?

Have you been here before?

Раньше Вы были здесь?

あなたは以前、ここに来たことがありますか?

24. Chưa, một lần chưa lại qua.
没，　一 次 未 来 过

没有，一次都没有来过。

No, I haven't.

Нет, ни разу.

いいえ、一度もありません。

25. Tôi lần đầu tiên lại đây.
　　我　次　头　先　来　这

　　我第一次来这里。

　　This is my first visit.

　　Я здесь первый раз.

　　私は初めてここに来ています。

26. Phong cảnh/phong cảnh này đẹp quá.
　　风　　　景/风　　景　这　美　过

　　这里的山水真美。

　　It's a fantastic place.

　　Здесь очень красиво.

　　ここの風景は本当に美しいですね。

27. Em yai ở đây chụp ảnh yất nhiêu.
　　弟　男　在　这里　照　影相　很　多

　　弟弟在这里拍了许多风景照。

　　My elder brother has taken lots of photos.

　　Брат сделал здесь много фотографий.

　　弟はここで、写真をたくさん撮りました。

28. Bảng này đẹp phồng cảng/phong cảnh tôi chưa
这　么 美丽 风　　景/风　　景 我 未
thấy qua.
见　过

我真没有见过如此美丽的山水。

I have never seen anything more beautiful.

Я никогда не видел такой красоты.

私はこんな美しい景色を見たことがない
です。

29. Tôi thít đi đất biển, lại thít đi tshấu
我 喜欢 去 地　海　也 喜欢 去 草
yìn/đồng cỏ/thân cỏ.
原/原　草/场 草

我喜欢海边，也喜欢草原。

I love the beach and also the grasslands.

Я люблю море и степь тоже.

私は海が好き、草原も好きです。

京语基础词汇 300 例

序号	汉语	京语	英语	俄语	日语
1	天	yời /trời	sky	небо	天
2	地	đất	land	земля	大地
3	云	mây	cloud	облоко	雲
4	风	yó/gió	wind	ветер	風
5	雨	mưa	rain	дождь	雨
6	雪	tiết/tuyết	snow	снег	雪
7	雷	thấm/sấm	thunder	гром	雷
8	彩虹	câu vồng	rainbow	радуга	虹
9	太阳	mặt yời/ mặt trời	sun	солнце	太陽
10	月亮	ông yăng/ mặt trăng	moon	луна	月

序号	汉语	京语	英语	俄语	日语
11	星星	thao/sao	star	звезда	星
12	山	núi	mountain	гора	山
13	岩石	đá	rock	пород	岩石
14	石头	đá	stone	камень	石
15	土	đất, bụi	earth	почва	土
16	沙子	cát	sand	песок	砂
17	水	nước	water	вода	水
18	江	thông/sông	long river	река	川
19	河	thông/sông	river	река	河
20	湖	hồ	lake	озеро	湖
21	海	biển, bể	sea	море	海
22	泉	mặt nước/ nước nguồn	spring	источник	泉
23	火	lửa	fire	огонь	火
24	树、木	cây	tree/wood	дерево	木
25	树枝	cành cây	branch	ветка	枝
26	树叶	lá	leaf	лист	葉

序号	汉语	京语	英语	俄语	日语
27	树根	yẽ cây/ rẽ cây	root	корень дерева	根
28	花	hoa	flower	цветы	花
29	草	cỏ	grass	трава	草
30	年	năm	year	год	年
31	今年	năm nay	this year	этот год	今年
32	明年	thang năm/ sang năm	next year	следующий год	来年
33	去年	năm qua, năm ngoái	last year	прошлый год	去年
34	春	xân/xuân	spring	весна	春
35	夏	hè	summer	лето	夏
36	秋	thu	autumn	осень	秋
37	冬	đông	winter	зима	冬
38	月份	tháng	month	месяц	月
39	星期、周	tằng khì, tân/tuân	week	неделя	曜日
40	日、天	ngày, hôm	day	день	日
41	今天	hôm nay	today	сегодня	今日

序号	汉语	京语	英语	俄语	日语
42	明天	ngày mai	tomorrow	завтра	明日
43	昨天	hôm qua	yesterday	вчера	昨日
44	早晨	tháng thơm/ sang sớm	morning	утро	朝
45	晚上	đêm	evening	вечер	晚
46	动物	bai hua	animal	животный	動物
47	虎	con hùm	tiger	тигр	虎
48	狮子	con beo	lion	лев	ライオン
49	熊	con gẩu	bear	медведь	熊
50	狼	chó hói/ con sói	wolf	волк	おおがみ
51	狐狸	con cáo	fox	лисица	狐
52	鹿	hiu/hươu	deer	олень	鹿
53	大象	voi	elephant	слон	象
54	野猪	lợn yừng/ lợn rừng	wild boar	кабан	イノシシ
55	猴子	con khỉ	monkey	обезьяна	サル
56	兔子	thu, thỏ	rabbit	заяц	兎

序号	汉语	京语	英语	俄语	日语
57	老鼠	con chuột	mouse	мышь	鼠
58	蛇	xe，con yắn/con rắn	snake	змей	蛇
59	龙	lông，yông/ rông	dragon	дрокон	竜
60	鸟	chim	bird	птица	鳥
61	燕子	con én	swallow	ласточка	燕
62	大雁	con nhạn	wild goose	дикий гусь	ヒシグイ
63	喜鹊	qua khắt/ chim khắch	magpie	сорока	カササギ
64	乌鸦	con qua	crow	ворона	鴉
65	老鹰	con cắt/ chim ưng	eagle	коршун	トビ
66	天鹅	thiên nga	swan	лебедь	白鳥
67	布谷鸟	—	cuckoo	кукушка	カッコウ
68	啄木鸟	—	woodpecker	дятел	キツツキ
69	鱼	cá	fish	рыба	魚

序号	汉语	京语	英语	俄语	日语
70	乌龟	yùa/rùa	turtle	черепаха	亀
71	青蛙	ât/ếch	frog	лягушка	蛙
72	虾	tôm	shrimp	рак	海老
73	虫子	thâu	insect	насекомые	虫
74	蜜蜂	con ong	bee	пчёлы	ミツバチ
75	蝴蝶	con bươm bươm	butterfly	бабочка	蝶々
76	蜻蜓	con chuồn chuồn	dragonfly	стрекоза	とんぼ
77	苍蝇	yuôi/ruôi	fly	муха	蝿
78	蚊子	con bọ/ bọ mắt	mosquito	комар	蚊
79	蜘蛛	yện/nhện	spider	паук	蜘蛛
80	蚂蚱	con môi/ châu chấu	locust	саранча	イナゴ
81	蚂蚁	con kien	ant	муравей	蟻
82	蟑螂	yán/gián	earthworm	дождевой червь	ナンキンムシ

序号	汉语	京语	英语	俄语	日语
83	蚯蚓	yun đất/ giun đất	earthworm	дождевой червь	蚯蚓
84	牛	tâu/trâu （水牛）， bò（黄牛）	cow/ox	бык	牛
85	马	ngựa	horse	лошадь	馬
86	羊	yê/dê	sheep/ goat	баран	羊
87	驴	lù·a	donkey	осел	ロバ
88	骆驼	lò thò/ lạc đà	camel	верблюд	駱駝
89	猪	lợn	pig	свинья	豚
90	鸡	con gà	chicken	кульца	鶏
91	鸭子	con vịt	duck	утка	鴨
92	鸽子	con bồ câu	pigeon	голубь	ハト
93	猫	mèo	cat	кошка	猫
94	狗	chó	dog	сопака	犬
95	毛	long	fur	меха	毛
96	翅膀	cánh	wing	крылья	翼

序号	汉语	京语	英语	俄语	日语
97	皮子	ya/da	skin/ leather	кожа	皮
98	尾巴	đuôi	tail	хвост	尻尾
99	角	thừng/ sừng	horn	рог	角
100	骨头	xương	bone	кость	骨
101	人	người	person	человек	人
102	身体	mình mẩy	body	тело	身体
103	头	đâu	head	голова	頭
104	头发	tóc	hair	волосы	髪の毛
105	额头	tán/trán	forehead	лоб	おでこ
106	脸	mặt	face	лицо	顔
107	眉毛	long mày	brow	бровь	眉毛
108	眼睛	mắt	eye	глаз	目
109	鼻子	mūi	nose	нос	鼻
110	嘴	miệng	mouth	рот	口
111	牙	yăng/răng	tooth	зубы	歯
112	耳朵	tai	ear	ухо	耳

序号	汉语	京语	英语	俄语	日语
113	脖子	cổ	neck	шея	首
114	肩膀	vai	shoulder	плечо	肩
115	腰	lưng	waist	талия	腰
116	手	tay	hand	рука	手
117	指头	ngón tay	finger	палец	指
118	肚子	bụng	stomach	живот	お腹
119	脚	chân	foot	ноги	足
120	心脏	con tim	heart	сердце	心臓
121	肝脏	gan	liver	печение	肝臓
122	肾脏	cật	kidney	почка	腎臓
123	肺	phổi	lung	легкое	肺
124	胆	mặt	gall	жёлчь	胆
125	肠	yuột/ruột	intestines	кишка	腸
126	胃	yạ yày/ dạ dày	stomach	желудок	胃
127	血	máu	blood	кровь	血
128	肉	thịt	flesh	мясо	肉

序号	汉语	京语	英语	俄语	日语
129	汗	bồ hôi/ mồ hôi	sweat	пот	汗
130	泪	nước mắt	tear	слёзы	涙
131	爷爷	ông nội	grandpa	дедушка	お爺さん
132	奶奶	bà nội	grandma	бабушка	お婆さん
133	爸爸	bố, cha	father	папа	お父さん
134	妈妈	mẹ	mother	мама	お母さん
135	丈夫	chồng	husband	муж	旦那
136	妻子	vợ	wife	жена	妻
137	哥哥	anh	brother	старший брат	お兄さん
138	姐姐	chị gái	sister	старшая сестра	お姉さん
139	弟弟	em yai/ em trai	brother	младший брат	弟
140	妹妹	em gái	sister	младшая сестра	妹
141	儿子	con yai/ con trai	son	сын	息子

序号	汉语	京语	英语	俄语	日语
142	女儿	con gái	daughter	дочь	娘
143	孙子	cháu yai/ cháu trai	grandson	внук	孫
144	姑姑	bá, bà bá, cô	aunt	тетя	叔母
145	叔叔	chú	uncle	дядя	叔父
146	姨姨	yí/dí	aunt	тетя	叔母
147	舅舅	ông bác, cậu	uncle	дядя	叔父
148	朋友	bạn	friend	друг	友達
149	官	quan	official	чиновник	官吏
150	医生	yí sang, thầy thuốc	doctor	доктор	医者
151	教师	ông thầy	teacher	учитель	教師
152	职工	chắc cổng/ nhân viên	clerk	персонал	職員
153	农民	nông yân/ nông dân	farmer	крестьян	農民
154	学生	học tò, học sinh	student	студент	学生

序号	汉语	京语	英语	俄语	日语
155	学校	học tường/ trường học	school	школа	学校
156	食堂	phàn thòng, nhà ăn	dinning hall	столовая	食堂
157	商场	chợ	department store	магазин	デパート
158	医院	nha thương/ bệnh viện	hospital	больница	病院
159	房子	nhà	house	дом	家
160	宾馆	pản qún/ khách sạn	hotel	отель	ホテル
161	门	cửa	door	дверь	ドア
162	窗户	cửa thỏ/ cửa sổ	window	окно	窓
163	桌子	ghế	table/desk	стол	テーブル
164	椅子	bát	chair	стул	椅子
165	碗	wonj	bowl	чаша	碗
166	盘子	đĩa, chậu	plate	тарелка	お皿
167	筷子	đũa	chopsticks	палочки	お箸
168	勺子	muảm/muỗng	spoon	ложка	スプン

序号	汉语	京语	英语	俄语	日语
169	羹匙	muẩm/ muỗng	spoon	ложка	レンゲ
170	饭	cơm, gạo	rice	рис	ご飯
171	菜	nhẳm, yau/rau	dish	овоши	野菜
172	面包	bánh mì, bánh bao	bread	хлеб	パン
173	牛奶	thửa/sửa	milk	молоко	牛乳
174	咖啡	cà phê	coffee	кофе	コーヒー
175	茶	chè	tea	чай	お茶
176	酒	yươu/rươu	alcohol	вино	お酒
177	油	yâu/dâu	oil	масло	油
178	鸡蛋	tứng/trứng	egg	яйцо	卵
179	米饭	cơm, gạo	rice	рис	ご飯
180	汽车	hý tshé, xe ô-tô	car	машина	車
181	火车	xe khóa, xe lửa	train	поезд	汽車

序号	汉语	京语	英语	俄语	日语
182	飞机	phý ký, tàu bay	plane	самолёт	飛行機
183	公交车	cổng cáo tshé, xe buýt	bus	автобус	バス
184	电话	tìn và/điện thoại	telephone	телефон	電話
185	道路	lôi/đường	road	дорога	道路
186	衣服	quân áo	clothes	одежда	洋服
187	鞋子	hài, yày/giày, dép	shoe	туфли	靴
188	帽子	mū	hat/cap	шляпа	帽子
189	上衣	áo	coat	пальто	上着
190	裤子	quân	pants/trousers	брюки	ズボン
191	裙子	váy	dress	платье	スカート
192	价格	yá /giá	price	цена	値段
193	钱	tiền	money	деньги	お金
194	我	tôi, tao, ngọ	I	Я	私

序号	汉语	京语	英语	俄语	日语
195	你	mày, nị	you	ты	あなた
196	她/他	nó	she/he	он, она	彼女＊彼
197	我们	chúng tôi	we	мы	私たち
198	你们	chúng mày	you	вы	あなたたち
199	他们	chúng nó, họ	they	они	彼ら
200	这	đây	this	это	これ
201	那	kia	that	то	それ，あれ
202	哪	nào, đâu	which	где	どれ
203	谁	ai	who	кто	だれ
204	什么	yì/gì	what	что	なに
205	多少	bao nhiêu	how many/much	сколько	いくら
206	几个	mấy	how many	несколько	いくつ
207	上	tên/trên	up	наверху	上
208	下	yới/dưới	down	внизу	下
209	前	tước /trước	front	перед	前

序号	汉语	京语	英语	俄语	日语
210	后	thau/sau	back	зади	後
211	中	yưa / giữa	middle	середина	中
212	里	tong / trong	inside	внутри	中
213	外	ngoài	outside	вне	外
214	好	tốt	good	хорошо	よい
215	坏	hư	bad	плохо	悪い
216	快	nhanh，mau	quick/fast	быстро	速い
217	慢	chậm	slow	медленно	遅い
218	大	to，nhớn/ lớn	big/large	большой	大きい
219	小	nhỏ， bé	small	маленький	小さい
220	高	cao	tall/high	высокий	高い
221	低	thấp	low	низкий	低い
222	宽	yộng/rộng	wide	широкий	広い
223	窄	hẹp	narrow	узкий	狭い
224	厚	yày/dày	thick	толстый	厚い
225	薄	mỏng	thin	тонкий	薄い

序号	汉语	京语	英语	俄语	日语
226	长	yài/dài	long	долкий	長い
227	短	ngắn	short	короткий	短い
228	冷	lạnh, yét/rét	cold	холодный	冷たい
229	暖	ấm	warm	тёплый	暖かい
230	热	bức, nực	hot	горячий	熱い
231	新	mới	new	новый	新しい
232	旧	cũ	old	старый	古い
233	直	thẳng	straight	прямой	まっすぐ
234	红	đỏ	red	красный	赤
235	黄	vàng	yellow	жёлтый	黄色
236	黑	đen	black	чёрный	黒
237	白	tắng/trắng	white	белый	白
238	绿	xanh	green	зелёный	緑
239	蓝	xanh	blue	синий	青
240	说	nói	say	говорить	話す
241	叫	gọi	call	позвать	呼ぶ

序号	汉语	京语	英语	俄语	日语
242	喊	thét	shout	кричать	叫ぶ
243	吃	ăn	eat	есть	食べる
244	喝	uống	drink	пить	飲む
245	看	xem	look/see	смотреть	見る
246	听	nghe	listen/hear	слушать	聞く
247	闻(用鼻子)	ngửi	smell	нюхать	嗅ぐ
248	做	làm	do	делать	やる
249	教	yạy/dạy	teach	научить	教える
250	学	học	learn	учить	学ぶ
251	想	muốn	think	думать	思う
252	抓	nắm，bắt	grasp	поймать	つかむ
253	拿、要	lấy	take	взять	取る、いる
254	拉	lôi	drag	тянуть	引っ張る
255	推	đun	pull	толкать	押す
256	抱	om	hug	обниматься	抱く
257	打	đánh，đập	hit	бить	打つ

序号	汉语	京语	英语	俄语	日语
258	坐	ngồi	sit	сидеть	座る
259	站	đứng	stand	стоять	立つ
260	踩	đạp	step on	топтать	踏む
261	走	đi	walk	итди	歩く
262	跑	chạy	run	бегать	走る
263	抬	kheng	lift	поднимать	上げる
264	进	vào	enter	водить	入る
265	出	ya/ra	exit	выйти	出る
266	放	để	put	положить	置く
267	洗	yửa/rửa（洗脸），gội（洗头），tám（洗澡），yặt/giặt（洗衣）	wash	стирать	洗う
268	擦	lau	wipe	тереть	拭く
269	挂	teo/treo	hang	висеть	掛ける
270	生气	tức hơi	angry	сердиться	怒る

序号	汉语	京语	英语	俄语	日语
271	生	đẻ²	birth	родиться	生む
272	死	chết	die	умирать	死ぬ
273	怕	hãi	afraid	бояться	怖がる
274	忘	quên	forget	забыть	忘れる
275	知道	biết	know	знать	知る
276	休息	nghỉ	rest	отдыхать	休む
277	睡	ngủ	sleep	спать	寝る
278	醒	thức	wake	просыпаться	覚める
279	一	một	one	один	一
280	二	hai	two	два	二
281	三	ba	three	три	三
282	四	bốn	four	четыре	四
283	五	năm	five	пять	五
284	六	tháu/sáu	six	шесть	六
285	七	bảy	seven	семь	七
286	八	tám	eight	восемь	八
287	九	chín	nine	девять	九

序号	汉语	京语	英语	俄语	日语
288	十	mười	ten	десять	十
289	二十	hai mươi	twenty	двадцать	二十
290	五十	năm mươi	fifity	пятьдесят	五十
291	百	tăm /trăm	hundred	сто	百
292	千	nghìn	thousand	тысяча	千
293	万	vàn/mười nghìn	ten thousand	десять тысяч	万
294	亿	ức /một trăm triệu	hundred million	сто милиион	億
295	都	cūng	all	совсем	すべて
296	很	yât/rât, lăm	very	очень	とても
297	非常	rât, khá	extremely	чрезвычайно	非常に
298	已经	đã	already	уже	すでに
299	马上	ngay, luôn, lập tức	at once	сразу	すぐに
300	然后	thau đó/ sau đó	then	потом	それで

京族节日

节日日程	节日名称	节日主要内容
农历腊月二十左右	还福日	还福日是京族人在年末对一整年的回顾和还愿,是对年初"祈福日"的回应,他们感恩圣神在过去一年赐予的福气和收获
正月初一、初二、十五	春节	除夕日,各家做白薯馇糕点(糯米粉裹糖心)和过年菜肴。午后全村老幼齐聚哈亭,以"三牲"(猪、鸡、鱼)祭拜神灵、议事。回家后他们再祭祖先,晚上守岁至零时,燃放鞭炮,再次以白薯馇祭祖先。有些村还在午夜到哈亭供茶祭祖放鞭炮。大年初一清晨,各家到井边烧香汲水,名为"买新水"。早餐家家吃糖粥、白薯馇等素食,不能吃荤、喝酒,午餐时,村人方可吃荤喝酒。大年初一,全村闭门谢客,大年初二才外出拜年访友。正月十五日京族人

节日日程	节日名称	节日主要内容
正月初一、初二、十五	春节	称之为"小年"，这天，村民要用鸡、猪、鱼三牲再祭祖先，春节活动才宣告结束
春节过后	祈福日	祈祷神灵带来风调雨顺，祈保下海的人平安归来，渔业、农业丰收
四月初四（山心、江龙等地），农历十二月二十日至三十日（澫尾、巫头等地）	清明节	扫墓拜祀，祭祀祖先。大部分地区与汉族相同，但澫尾、巫头等地京族人认为人鬼都一样过节，应当先祖宗后到人，扫墓过后才过春节，所以到了农历四月反而没有扫墓的习俗。但近年来随着与外部联系日益密切，这些地方的京族人也有不少把春节前扫墓的习俗改成了清明节扫墓
农历七月十五	中元节	早上煮糯饭和糯米糖粥供拜祖先，中午宰鸡、杀鸭、煮猪肉等供拜祖先后，村民进餐饮酒。然后，他们聚集到哈亭前，请法师作法，给鬼魂"施幽"（民间认为，无人供养的野鬼如果缺衣少食就会侵扰村庄，所以，民众请法师在农历七月十五施衣食，称为"施幽"）。作法完毕，群众上前将"施幽"的食品带走。民间认为小孩抢到"施幽"食品意为"得福"

节日日程	节日名称	节日主要内容
农历八月十五	中秋节	家家煮糯米饭、糯米糖粥和做"风吹馈"，并买猪肉和月饼。傍晚，全家吃团圆饭。晚上，他们则在户外摆上月饼、茶、柚子等供拜月亮，赏月吃饼。青年男女则利用赏月机会相互认识、交往
农历十月初十	食新米节	秋收以后，村民用新米做饭，全家老幼围坐在一起吃新米，以庆贺当年丰收并预祝来年的风调雨顺。这个节日在水稻种植较为普遍的地方（如山心）才过
农历九月初九	重阳节	京族传统是不过重阳节的，但随着族际交往的频繁，近年来也过起了重阳。在这天，老人们在哈亭举行歌圩，歌唱生活、抒发感情，其乐融融
农历六月初十（沥尾和巫头）、八月初十（山心），正月廿五（红坎）	哈节	京族最大的民族节日，"哈"即"唱歌"的意思。节日主要内容有祭神、乡饮、娱乐，是社节的变异，也是京族文化活动最为集中的一次展现。凡到了一定年龄的男子都置备鸡、酒、糯米饭、槟榔等祭品到哈亭祭祀，经过祭拜的男子被视为"入众"（即进入成年），被允许参加唱哈节的入席活动，标志着从此便可参加捕鱼生产

后　语

在我国 55 个少数民族的 366 句会话系列读本的编写过程中，我们得到了中国社会科学院有关领导、科研局，社会科学文献出版社的大力支持和关心，得到了民族同胞们的发音合作、口语资料的提供及协助整理调查。此外，中国社会科学院研究生院王晓明教授进行了英语口语翻译、栗瑞雪副教授进行了俄语口语翻译，中国社会科学院民族学与人类学研究所布日古德博士进行了日语口语翻译工作。特别是，该课题组成员和编辑人员的高度使命感、责任心和敬业态度及其精神使这一富有语言文化抢救、保护、传承、弘扬性质的民族语言口语知识课题得以按部就班地顺利实施，并按原定计划予以出版。我们真诚地希望，这一 55 个少数民族的 366 句会话读本，能够为我国民族语言文化的繁荣发展发挥应有作用，同时对我国民族语言文化知识的传承、传播，以及对外宣传我国民族语言文化保护政策起到积极的推

动作用。

在此，对关心民族语言文化事业的人们，以及为此付出辛勤劳动和心血的人们，再一次表示深深的谢意和最为崇高的敬意！但愿，我们的这套丛书，能够留下我们共同度过的快乐的劳动时光，能够留下我们美好的心愿，能够留下这些弥足珍贵的人类语言知识和文化遗产。

Postscript

During the preparation of this series, we received a lot of support and encouragement from the leadership of the Chinese Academy of Social Sciences, the Research Bureau and the Social Sciences Academic Press. Our national compatriots also cooperated with us by helping us with the pronunciation of their ethnic minority language and the organization of oral materials. We want to thank Professor Wang Xiaoming of the Graduate School of the Chinese Academy of Social Sciences for the oral English translation and Associate Professor Li Ruixue, who also works in the Graduate School of the Chinese Academy of Social Sciences for the oral Russian translation. We are also grateful to Dr. Buri Gude, a researcher with the Chinese Academy of Social Sciences, for his oral Japanese translation. In particular, all the participants in this project showed a strong sense of commitment in completing the research and its publication success-fully. We sincerely hope that this collection of 366 sen-tences in 55 minority ethnic languages can play a role in promoting the flourishing and development of China's ethnic languages and cultures, and in the preservation and dis-semination of our ethnic language heritage. We also hope that, it can be helpful toward allowing the international community to better understand China's policies for ethnic language preservation.

Here, we once again express our deep gratitude toward and the highest respect for the people who have been con-cerned about our nation's ethnic languages and cultures and working hard in this field. Finally, we hope this series can provide a record of the wonderful time we spent together working on this project, and of our best wishes for our nation's cultures. In the meantime, we hope it can preserve our precious human language knowledge and cultural herit-age.

Заключение

Когда мы составляли эту серию 《366 фраз диалогических речей по 55 национальностям Китая》, мы получили большую поддержку и заботу от руководителей АОН, от руководителей из научно - исследавательского бюро АОН, от руководителей из Издательства документов общественных наук. Мы ещё получили эффективное сотрудничесво по произношении и предоставлении разговорных информациях от товарищей национального меньшинства. В этой книге часть на английском языке переведена профессором Вань Саомин, часть на русском языке переведена профессором Су ЖуйЩей, часть на японскои языке переведена доктором Бургуде. Все наши работники прилежно работали с миссей и чувством и поэтому выполнили эту задачу во срок.

Надеемся на то, чтобы 《366 фраз диалогических речей по 55 национальностям Китая 》 могли играть достоинную роль в деле процветании и развитии национальных языковых культур нашей страны.

Хотим ещё раз благодарить всем, которые отдали свои усердный труд для этих книг, и выразить им наше глубокое уважение. Будем всегда запомнить такое прекрасное время, когда мы вместе работали над этими книгами. Желаем, приложив совместные усилия, чтоюы мы смогли сохранить эти драгоценные знания национальных языков и культурное наследство человечества.

あとがき

　　55の少数民族の366句会話読本シリーズを編纂するにあたって、中国社会科学院・科研局・社会科学院文献出版社の関係各位から、多大な支持と関心が寄せられた。同時に、当該民族のインフォーマントの方々から、発音と口語資料整理につき、数々の御協力を得ることが出来た。さらに、中国社会科学院研究生院の王暁明教授に英訳、栗瑞雪副教授にロシア語訳、当院の民族学・人類学研究所の布日古徳博士に日本語訳をお願いした。

　　プロジェクトのメンバーと編集者は、出版にあたって、強い使命感と責任感をもって取り組んだが、そのためプロジェクトは順調に進み、計画通り出版されるに至った。

　　この366句会話資料が、私達の国の民族言語文化の繁栄と発展に寄与すると同時に、民族言語文化知識

の伝承や民族言語文化の保護などの優れた民族政策を、対外的に宣伝する役割を果たすことを切実に願っている。最後に再び、言語文化事業に関心を寄せる人、またこの事業に心血を注いだ方々に、心からの謝意と敬意を払いたいと思う。この読本シリーズが出版されることにより、人類の貴重な言語知識と文化遺産が記録されるのは当然のこととして、さらに、私達が作業に励んだ楽しい時間や、なによりも私達の心からの願いが記録されることであろう。

图书在版编目（CIP）数据

京语 366 句会话句/何思源著. ——北京：社会科学文献出版社，2016.7

ISBN 978 - 7 - 5097 - 5374 - 3

Ⅰ.①京…　Ⅱ.①何…　Ⅲ.①京语 -口语　Ⅳ.①H282.94

中国版本图书馆 CIP 数据核字（2013）第 286512 号

京语 366 句会话句

著　　者 / 何思源

出　版　人 / 谢寿光
项目统筹 / 宋月华　范　迎
责任编辑 / 范　迎　王玉霞　梁　帆　张苏琴　胡　亮

出　　版 / 社会科学文献出版社·人文分社 (010) 59367215
　　　　　 地址：北京市北三环中路甲 29 号院华龙大厦　邮编：100029
　　　　　 网址：www. ssap. com. cn
发　　行 / 市场营销中心（010）59367081　59367018
印　　装 / 三河市尚艺印装有限公司

规　　格 / 开　本：889mm × 1194mm　1/32
　　　　　 印　张：6.375　字　数：108 千字
版　　次 / 2016 年 7 月第 1 版　2016 年 7 月第 1 次印刷
书　　号 / ISBN 978 - 7 - 5097 - 5374 - 3
定　　价 / 35.00 元

本书如有印装质量问题，请与读者服务中心（010 - 59367028）联系